Listin að baka franska

100 uppskriftir og aðferðir fyrir franska matreiðsluhefð

Dora Káradóttir

Höfundarréttarefni ©2024

Allur réttur áskilinn

Engan hluta þessarar bókar má nota eða senda á nokkurn hátt eða á nokkurn hátt án skriflegs samþykkis útgefanda og höfundarréttarhafa, nema stuttar tilvitnanir sem notaðar eru í umsögn. Þessi bók ætti ekki að koma í staðinn fyrir læknisfræðilega, lögfræðilega eða aðra faglega ráðgjöf.

EFNISYFIRLIT _

EFNISYFIRLIT _	3
KYNNING	8
MORGUNMATUR	9
1. CRÊPES SUZETTE	10
2. MÓTUÐ EGG/ OEUFS MOLLETS	12
3. CRÊPES FOURRÉES ET FLAMBÉES	14
4. HRÆRÐ EGG/OEUFS SUR LE PLAT	16
5. SVEPPAEGGJAKAKA GRATINÉRUÐ MEÐ OSTASÓSU	18
6. OEUFS EN PÖLYE	21
7. EGG BAKUÐ Í RAMEKINS/OEUFS EN COCOTTE A LA CRÈME	23
8. CRÊPES ROULÉES ET FARCIES	25
9. GÂTEAU DE CRÊPES A LA FLORENTINE	28
10. GÂTEAU DE CRÊPES A LA NORMANDE	31
11. CRÊPES DE POMMES DE TERRE / PÖNNUKÖKUR MEÐ RIFNUM KARTÖFLUM	33
12. B ANANA CREME CRÊPE S	36
13. CHERRY CRÊPE S	38
14. KUMQUAT-PECAN CRÊPE S	40
15. SUÐRÆNUM ÁVÖXTUM CRÊPE S	43
16. LEMON CREPE S	45
17. CRÊPES MEÐ CHABLIS ÁVAXTASÓSU	48
18. AMBROSIA CRÊPE S	51
19. BERRY CRÊPES MEÐ APPELSÍNUSÓSU	53
20. BASIC CROISSANTS	55

21. KLASSÍSK CROISSANT..59
22. FJAÐURBRAUÐ KRUÐERÍ...62
23. KORNSKÁLAR KRUÐERÍ..66
24. SÚKKULAÐIBITA KRUÐERÍ..69
25. BANANA ECLAIR SMJÖRDEIGSHORN............................72
26. DÖKKT SÚKKULAÐI MALTAÐ CROISSANT BRAUÐBÚÐING.........74
27. SÚKKULAÐIMÖNDLU CROISSANT ÉCLAIRS....................76
28. SÚKKULAÐIHÚÐUÐ JARÐARBERJAKROISSANTAR..........79
AÐALRÉTTUR..81
29. SUPRÊMES DE VOLAILLE A BLANC..............................82
30. RISOTTO..85
31. HARICOTS VERTS AU MAÎTRE D'HÔTEL.......................87
32. TERRINE DE PORC, VEAU, ET JAMBON........................89
33. ÉPINARDS AU JUS; ÉPINARDS A LA CRÈME.................93
34. CAROTTES ÉTUVÉES AU BEURRE / GULRÆTUR STEIKTAR Í SMJÖRI 95
35. CHAMPIGNONS FARCIS / FYLLTIR SVEPPIR.................97
36. ESCALOPES DE VEAU SAUTÉES A L'ESTRAGON..........99
37. ESCALOPE DE VEAU GRATINÉES................................102
38. FOIES DE VOLAILLE SAUTÉS, MADEIRE......................105
39. TIMBALE DE FOIES DE VOLAILLE / KJÚKLINGALIFRARMÓT...107
40. CANARD A L'ORANGE / STEIK ÖND MEÐ APPELSÍNUSÓSU......110
41. CANARD A LA MONTMORENCY..................................114
42. HOMARD A L'AMÉRICAINE...116
43. POTEE NORMANDE: POT-AU-FEU..............................120
44. FILETS DE POISSON EN SOUFFLÉ..............................123

45. CASSOULET 126

46. COULIBIAC DE SAUMON EN CROÛTE 131

47. VEAU SYLVIE 136

48. FILETS DE SOLE SYLVESTRE 140

49. RIZ ETUVÉ AU BEURRE 144

50. RISOTTO A LA PIÉMONTAISE 147

51. SAUTÉ DE VEAU (OU DE PORC) AUX CHAMPIGNONS ... 149

52. BOUILLABAISSE A LA MARSEILLAISE / MIÐJARÐARHAFSFISKKÆFA 151

53. SALPICÓN DE VOLAILLE 154

54. POULET GRILLÉ AU NATUREL / PLAIN BROILED CHICKEN 156

55. POULET GRILLÉ A LA DIABLE 159

56. POIS FRAIS EN BRAISAGE / PEAS BRAISED WITH SALAT 161

57. POTAGE CRÈME DE CRESSON / CREAM OF WATERCRESS SOUP 163

58. NAVARIN PRINTANIER / LAMBAPOTTRÉTTUR MEÐ GULRÓTUM 166

59. OIE BRAISÉE AUX PRUNEAUX / BRAISED GOOSE WITH PRUNE FYLLING 170

60. ROGNONS DE VEAU EN CASSEROLE / NÝRU Í SMJÖRI 174

61. ROGNONS DE VEAU FLAMBÉS / SAUTÉED KIDNEYS FLAMBÉ ... 177

62. CARBONNADE DE BOEUF A LA PROVENÇALE 179

63. DAUBE DE BOEUF A LA PROVENÇALE 182

64. POTAGE PARMENTIER / BLAÐLAUKUR EÐA LAUK- OG KARTÖFLUSÚPA 185

65. VELOUTÉ DE VOLAILLE A LA SÉNÉGALAISE 187

SALÖT OG MEÐBÆR 190

66. SALAT MIMOSA / SALAT MEÐ VINAIGRETTE, SIGTUÐU EGGI OG JURTUM..................191
67. POMMES DE TERRE A L'HUILE / FRANSKT KARTÖFLUSALAT....193
68. SALAT NIÇOISE..................195
69. GRATÍN DAUPHINOIS / HÖRPUKARTÖFLUR Á GRATÍN..................197
70. GRATIN DE POMMES DE TERRE ET SAUCISSON..................199
71. PURÉE DE POMMES DE TERRE A L'AIL..................201
72. CONCOMBRES PERSILLÉS, OU A LA CRÈME / RJÓMALÖGUÐ GÚRKUR..................204
73. NAVETS A LA CHAMPENOISE / RÆPA OG LAUKUR..................206
74. ASPAS..................209
75. ARTICHAUTS AU NATUREL / HEILSOÐNAR ÆTIÞISTLAR..................211
76. RATATOUILLE..................214
77. MOUSSAKA..................217
78. LAITUES BRAISÉES / BRAISED SALAT..................220
79. CHOUCROUTE BRAISÉE A L'ALSACIENNE / BRAISED SAUERKRAUT..................223
80. CHAMPIGNONS SAUTÉS AU BEURRE / STEIKTIR SVEPPIR........225
81. MOCK HOLLANDAISE SÓSA (BÂTARDE)..................227
82. CRÈME ANGLAISE (FRÖNSK VANILSÓSA)..................229
83. RJÓMALAGÐIR SVEPPIR..................231
84. SÓSA MOUSSELINE SABAYON..................233
EFTIRLITIR..................235
85. PATE FEUILLETÉE / FRANSKT LAUFABRAUÐ..................236
86. VOL-AU-VENT / STÓR PATTY SHELL..................239
87. CRÈME CHANTILLY / LÉTTÞEYTTUR RJÓMI..................242

88. CRÈME RENVERSÉE AU CARAMEL / MOULDED CARAMEL CUSTARD 244

89. LOGANDI SOUFFLÉ / CRÈME ANGLAISE 246

90. CHARLOTTE MALAKOFF AU CHOCOLAT 248

91. POIRES AU GRATIN / PERUR BAKAÐAR MEÐ VÍNI 253

92. TIMBALE AUX ÉPINARDS / MÓTUÐ SPÍNATKREM 255

93. TIMBALE AU JAMBON / MÓTAÐ SKINKUKREM 258

94. KEX EÐA SÚKKULAÐI / SÚKKULAÐI SVAMPKAKA 261

95. CRÈME AU BEURRE À L'ANGLAISE / CUSTARD BUTTER CREAM 264

96. TARTE AUX POMMES / FRÖNSK EPLAKERTA 267

97. KEX ROULÉ A L'ORANGE ET AUX AMANDES 269

98. FARCE AUX FRAISES CIO-CIO-SAN 273

99. ÍTALSKUR MARENGS 275

100. CRÈME AU BEURRE À LA MERINGUE / MARENGSSMJÖRKREM 278

NIÐURSTAÐA 281

KYNNING

Franskur bakstur er þekktur um allan heim fyrir viðkvæma bragðið, flókna tækni og ríkan menningararf. Allt frá smjörkenndum croissantum á kaffihúsum í París til glæsilegra makkaróna í Ladurée, frönsk kökur vekja tilfinningu fyrir eftirlátssemi og fágun. Í þessari könnun á frönskum bakstri, kafum við ofan í söguna, aðferðir og hráefni sem gera það að dýrmætri matreiðsluhefð. Hvort sem þú ert vanur bakari eða nýbyrjaður, farðu með okkur í ferðalag um hrífandi heim franska bakarísins

Morgunmatur

1. Crêpes Suzette

Hráefni:
- 3 bollar appelsínusmjör
- Nafnandi réttur
- 18 soðnar crêpes, 5 til 6 tommur í þvermál
- 2 msk kornsykur
- ⅓ bolli af hvorum appelsínulíkjör og koníaki

LEIÐBEININGAR:

a) Hitið appelsínusmjörið í matarskál þar til það er freyðandi og blandan er örlítið karamelluð - þetta mun taka nokkrar mínútur.
b) Dýfðu báðar hliðar crêpe í heitt smjör, brjótið crêpe í hálfa bestu hlið hennar út og aftur í tvennt til að mynda fleygform.
c) Setjið á hliðina á réttinum og endurtakið hratt með restinni af crêpes.
d) Stráið 2 msk af sykri yfir crêpes og hellið yfir líkjörunum. Hristu pönnu varlega á meðan líkjörar hitna og ef þeir loga ekki sjálfkrafa skaltu kveikja í þeim með eldspýtu.
e) Hellið líkjörnum yfir crêpes þar til loginn slokknar. Berið fram á mjög heitum diskum.

2.Mótuð egg/ Oeufs mollets

Hráefni:
- 4 egg
- Salt
- Pipar
- Ristað brauð eða brauð, til framreiðslu

LEIÐBEININGAR:

a) Fylltu meðalstóran pott af vatni og láttu suðuna koma upp við háan hita.

b) Látið eggin varlega ofan í sjóðandi vatnið með því að nota skál.

c) Lækkið hitann í miðlungs-lágan og látið eggin malla í nákvæmlega 6 mínútur fyrir mjúka, rennandi eggjarauðu, eða 7 mínútur fyrir aðeins stinnari eggjarauðu.

d) Á meðan eggin eru að eldast, undirbúið skál af ísvatni.

e) Eftir æskilegan eldunartíma skaltu flytja eggin varlega úr pottinum yfir í skálina með ísvatni með því að nota götuskeiðina.

f) Látið eggin sitja í ísvatninu í um það bil 2 mínútur til að kólna og stöðva eldunarferlið.

g) Þegar búið er að kólna skaltu slá eggin varlega á harðan flöt til að sprunga skeljarnar og þá afhýða skurnina.

h) Stráið afhýddum eggjum með salti og pipar eftir smekk.

i) Berið Oeufs Mollets fram strax með ristað brauði eða brauði til hliðar til að dýfa í.

3. Crêpes Fourrées Et Flambées

Hráefni:
- ½ bolli muldar blanchaðar möndlur (þú getur notað rafmagns blandara fyrir þetta)
- ¼ tsk möndluþykkni
- 1 bolli appelsínusmjör (fyrri uppskrift)
- 18 soðnar crêpes, 5 til 6 tommur í þvermál
- Létt smurt bökunarréttur
- 3 msk kornsykur
- ⅓ bolli af hvorum appelsínulíkjör og koníaki hitað í litlum potti

LEIÐBEININGAR:
a) Þeytið möndlurnar og möndluþykknið út í appelsínusmjörið.
b) Dreifið skeið af þessari blöndu á neðri þriðjung hvers crêpe, rúllið í sívalninga og raðið í létt smurt bökunar- og framreiðslumót.
c) Lokið og kælið þar til það er tilbúið til notkunar. Um það bil 15 mínútum áður en borið er fram, stráið sykrinum yfir og bakið í efri þriðjungi af forhituðum 350 til 375 gráðu ofni þar til sykuráleggið er farið að karamellisera aðeins.
d) Rétt áður en hann er borinn fram er volgum líkjörnum hellt yfir og komið á borðið.
e) Kveiktu með eldspýtu og helltu líkjörnum yfir crêpes þar til loginn slokknar.

4. Hrærð egg/Oeufs Sur Le Plat

Hráefni:
- ½ msk smjör
- 1 eða 2 egg
- Salt og pipar

LEIÐBEININGAR:
a) Veldu grunnt eldfast bökunar- og framreiðsluform sem er um það bil 4 tommur í þvermál.
b) Setjið réttinn yfir meðalhita eða í pott með sjóðandi vatni. Bæta við smjöri; um leið og það hefur bráðnað skaltu brjóta 1 eða 2 egg út í.
c) Þegar botninn á egginu hefur storknað í fatinu, takið þá af hitanum, hallið fatinu á halla og bætið ofan á eggið með smjörinu í fatinu.
d) Settu á bökunarplötu og mínútu áður en það er borið fram, stillt þannig að yfirborð eggsins sé um það bil 1 tommu frá rauðheitum broilerelementinu. Renndu réttinum út á nokkurra sekúndna fresti, hallaðu og þeyttu ofan á egginu með smjörinu í fatinu.
e) Eftir innan við mínútu verður hvítan sett og eggjarauðan filmuð og glitraður.
f) Takið úr ofninum, kryddið með salti og pipar og berið fram strax.

5. Sveppaeggjakaka Gratinéruð með ostasósu

Hráefni:
- 1 bolli rjómasósa
- ½ bolli grófrifinn svissneskur ostur
- ½ pund. sneiðar sveppir, áður steiktir í smjöri
- Pottur
- 3 egg
- Salt og pipar
- 1½ msk smjör
- Omelettupönnu eða non-stick pönnu 7 tommur í þvermál neðst
- Blöndunarskál og borðgaffli
- Hlýr eldfastur framreiðsludiskur

LEIÐBEININGAR:

a) Hrærið allt nema 2 matskeiðar af rifnum osti út í rjómasósuna. Setjið helminginn af sveppunum í pott, hrærið þriðjungi sósunnar saman við og hitið rétt áður en eggjakökuna er útbúin.

b) Þegar tilbúið er að búa til eggjakökuna, þeytið eggin, stóra klípu af salti og klípa af pipar í blöndunarskál með gaffli þar til eggjarauður og hvítur eru blandaðar - 20 til 30 sekúndur. Setjið matskeið af smjöri í eggjakökupönnu eða pönnu, sett á háan hita og þegar smjörið bráðnar hallið pönnunni í allar áttir til að húða botninn og hliðarnar. Þegar smjörfroða hefur nánast lægt er eggjunum hellt út í.

c) Látið eggin setjast í 3 eða 4 sekúndur, gríptu síðan í pönnuhandfangið með vinstri hendi og færðu pönnuna hratt fram og til baka yfir hita og hrærðu eggjum með flata borðgafflinum. Þegar egg hafa storknað í mjög mjúka vanilósa, á um það bil 8 sekúndum, skeiðaðu heitsósuðu sveppunum yfir miðju eggjakökunnar hornrétt á pönnuhandfangið.

d) Lyftu handfanginu til að halla pönnunni frá þér, snúðu nær enda eggjakökunnar yfir á fyllinguna með gafflinum og hristu pönnuna til að renna eggjakökunni að ystu vörinni á pönnunni.

e) Snúðu pönnunni við og gríptu um handfangið með hægri hendinni, þumalfingur ofan á. Haltu heitum eldföstum framreiðsludiski í vinstri hendi. Hallaðu plötunni og pönnu saman í horn, láttu vör pönnu á disk. Snúðu eggjakökupönnu fljótt á hvolf yfir diskinn og eggjakakan fellur á sinn stað.

f) Dreifið restinni af sveppunum ofan á eggjaköku, setjið afganginn af sósunni yfir, stráið 2 matskeiðum af osti yfir og stráið restinni af smjörinu yfir.

g) Hlaupa eggjaköku nálægt undir rauðheitum káli í um það bil eina mínútu, til að brúna ostinn varlega.

h) Berið fram í einu, með grænu salati, frönsku brauði og þurru hvítvíni eða rós.

6. Oeufs En Pölye

Hráefni:
- 2 bollar kjöthlaup með vínbragði
- 4 sporöskjulaga eða kringlótt mót, ½ bolla stærð
- 4 kæld soðin egg
- Skreytingartillögur:
- Fersk estragon lauf sett í sjóðandi vatn í 30 sekúndur
- Umferðir eða sporöskjulaga af soðnu skinku
- Sneið af trufflu eða foie gras, eða 4 msk lifrarmús

LEIÐBEININGAR:
a) Hellið ⅛ tommu lagi af hlaupi í hvert mót og kælið þar til það er stíft.
b) Dýfðu estragonlaufum, trufflum eða skinku í næstum sett hlaup og raðaðu yfir kælt hlaup í hverju móti; ef þú notar foie gras eða lifrarmús skaltu setja sneið eða skeið ofan á.
c) Hyljið með kældu soðnu eggi, aðlaðandi hlið þess niður. Fylltu mót með köldu sírópríku hlaupi (ef hlaupið er heitt muntu losa skreytinguna); kælið í klukkutíma eða lengur, þar til það er stíft.
d) Taktu úr mótun einn í einu með því að dýfa í heitt vatn, keyra hníf hratt í kringum brúnina á aspic og snúa mótinu á disk og gefa skarpt ryk niður á við þegar þú gerir það.

7. Egg bakuð í Ramekins/Oeufs En Cocotte a La Crème

Hráefni:
- ½ tsk smjör
- 2 msk þungur rjómi
- 1 eða 2 egg
- Salt og pipar

LEIÐBEININGAR:
a) Hitið ofninn í 375 gráður.
b) Veldu postulíns- eða eldfast glerdisk sem er 2½ til 3 tommur í þvermál og um það bil 1½ tommu djúpt. Raðið í pönnu sem inniheldur ¾ tommu af vatni og settu yfir brennara; komdu vatni að suðu.
c) Setjið allt nema dopp af smjöri í ramekin; bæta við matskeið af rjóma og brjóta eggið eða eggin út í. Þegar eggjahvítan er byrjuð að storkna í botninum á ramekininu, bætið þá skeiðinni sem eftir er af rjóma, kryddi og smjördoppinum út í. Setjið í neðri þriðjung af forhituðum ofni og bakið í 7 til 8 mínútur. Eggin eru tilbúin þegar þau hafa bara stífnað en skjálfast samt örlítið.
d) Ef þú vilt bíða dálítið áður en þú berð fram skaltu taka úr ofninum þegar það er aðeins of lítið. Þau klára að elda og haldast heit í vatninu í 10 til 15 mínútur. Kryddið með salti og pipar áður en það er borið fram.

8. Crêpes Roulées Et Farcies

Hráefni:
RJÓMAÐA SKREL-KJÓTIÐ
- 2 msk smjör
- 8 tommu emaljeð eða non-stick pönnu
- 3 msk saxaður skalottlaukur eða laukur
- 1½ bollar skorið eða rifið soðið eða niðursoðið skelfiskkjöt
- Salt og pipar
- ¼ bolli þurrt hvítt vermút
- Skál

VÍN OG OSTA SÓSAN
- ⅓ bolli þurrt hvítt vermút
- 2 msk maíssterkju blandað í litla skál með 2 msk mjólk
- 1½ bolli þungur rjómi
- ¼ tsk salt
- Hvítur pipar
- ½ bolli rifinn svissneskur ostur

SAMSETNING OG BASTUR
- 12 soðnar crêpes, 6 til 7 tommur í þvermál
- ¼ bolli rifinn svissneskur ostur
- 2 msk smjör
- Létt smurt bökunarrétt

LEIÐBEININGAR:
a) Hitið smjörið á pönnunni, hrærið skalottlauknum eða rauðlauknum saman við og síðan skelfiskinn. Hrærið og hrærið við miðlungs háan hita í 1 mínútu. Kryddið með salti og pipar, bætið svo vermútinu út í og sjóðið hratt þar til vökvinn hefur nánast gufað upp. Skafið í skál.

b) Bætið vermútinu á pönnuna og sjóðið hratt þar til það er minnkað í matskeið. Fjarlægðu af hitanum; hrærið maíssterkjublöndunni, rjómanum, kryddi saman við. Látið malla í 2 mínútur, hrærið, blandið síðan ostinum saman við og látið malla í eina mínútu í viðbót. Rétt krydd.

c) Blandið helmingnum af sósunni í skelfiskinn, setjið svo stóra skeið af skelfiskblöndunni á neðri þriðjung hverrar crêpe og rúllið crêpes í sívöl form. Raðið crêpes þétt saman í létt smurt eldfast mót, setjið restina af sósunni yfir, stráið ostinum yfir og dreifið bitum af smjörinu yfir. Geymið í kæli þar til þið eruð tilbúin að baka. Fimmtán til 20 mínútum áður en borið er fram, setjið í efri þriðjung af forhituðum 425 gráðu ofni þar til freyðandi heitt og ostaáleggið hefur brúnast létt, eða hitið og brúnt undir lágum broiler.

9. Gâteau De Crêpes a La Florentine

Hráefni:
RJÓMASÓSA MEÐ OSTA, SPINATI OG SVEPPUM
- 4 msk smjör
- 5 msk hveiti
- 2¾ bollar heit mjólk
- ½ tsk salt
- Pipar og múskat
- ¼ bolli þungur rjómi
- 1 bolli grófrifinn svissneskur ostur
- 1½ bollar soðið saxað spínat
- 1 bolli rjómaostur eða kotasæla
- 1 egg
- 1 bolli niðurskornir ferskir sveppir, áður steiktir í smjöri með 2 msk hakkaðri skalottlaukur eða rauðlauk

SAMSETNING OG BASTUR
- 24 soðnar crêpes, 6 til 7 tommur í þvermál
- Létt smurt bökunarrétt
- 1 msk smjör

LEIÐBEININGAR:
a) Fyrir sósuna, bræðið smjörið, hrærið hveitinu saman við og eldið rólega í 2 mínútur án þess að litast; takið af hitanum, blandið mjólkinni, salti, pipar og múskati út í eftir smekk. Sjóðið, hrærið í, í 1 mínútu, þeytið síðan rjómann út í og allt nema 2 matskeiðar af svissneska ostinum; látið malla í smá stund, leiðréttu síðan kryddið.
b) Blandið nokkrum matskeiðum af sósu út í spínatið og leiðréttið kryddið vandlega. Þeytið rjómaostinn eða kotasæluna með egginu, sveppunum og nokkrum matskeiðum af sósu til að gera þykkt deig; rétt krydd.
c) Hitið ofninn í 375 gráður.

d) Setjið crêpe í botninn á létt smurðu ofnformi, smyrjið með spínati, hyljið með crêpe, smyrjið með lagi af osti og sveppum blöndunni og haldið áfram með restina af crêpes og 2 fyllingum, enda hauginn með crêpe.
e) Hellið afganginum af ostasósunni yfir hauginn, stráið hinum 2 msk af rifnum svissneskum osti yfir og stráið matskeið af smjöri yfir.
f) Geymið í kæli þar til 30 til 40 mínútur áður en það er borið fram, setjið síðan í efri þriðjung af forhituðum ofni þar til freyðandi heitt og ostaáleggið hefur brúnast létt.

10. Gâteau De Crêpes a La Normande

Hráefni:
- 4 til 5 bollar sneið epli (um 2 lbs.)
- Stórt þykkbotna bökunarform
- ⅓ bolli kornsykur
- 4 msk brætt smjör
- 12 soðnar crêpes, 5 til 6 tommur í þvermál
- Létt smurt bökunarréttur
- 6 til 8 gamlar makrónur, muldar
- Meira af bráðnu smjöri og sykri og koníaki

LEIÐBEININGAR:

a) Dreifið eplum í ofninn, stráið sykri og bræddu smjöri yfir og setjið í miðhæð í 350 gráðu heitum ofni í um 15 mínútur eða þar til eplasneiðarnar eru orðnar meyrar.

b) Setjið crêpe í smurða bökunar- og framreiðslufatið, dreifið með lagi af eplasneiðum, stráið makrónum yfir og með nokkrum dropum af smjöri og koníaki ef vill.

c) Leggið crêpe ofan á, hyljið með eplum og haltu þannig áfram og endið með crêpe. Stráið bræddu smjöri og sykri yfir.

d) Um 30 mínútum áður en borið er fram, bakið í miðju stigi í forhituðum 375 gráðu ofni þar til freyðandi heitt. Berið fram eins og það er, eða eldið eins og í fyrri uppskrift.

11. Crêpes De Pommes De Terre / Pönnukökur með rifnum kartöflum

Hráefni:
- 8 aura rjómaostur
- 3 msk hveiti
- 2 egg
- $\frac{1}{2}$ tsk salt
- $\frac{1}{8}$ tsk pipar
- 6 aura (1$\frac{1}{2}$ bollar) svissneskur ostur, skorinn í $\frac{1}{8}$ tommu teninga
- 2$\frac{1}{2}$ pund. "baka" kartöflur (4 bollar þegar þær eru rifnar)
- 3 til 4 msk þungur rjómi
- 10 tommu steikarpönnu
- Um 1$\frac{1}{2}$ tsk smjör, meira ef þarf
- Um 1$\frac{1}{2}$ msk olía, meira ef þarf

LEIÐBEININGAR:
a) Blandið rjómaostinum, hveiti, eggjum, salti og pipar saman í stórri blöndunarskál með blöndunargafli. Hrærið hægelduðum ostinum saman við.
b) Skrælið kartöflur, rifið í gegnum stór göt á raspi. Handfylli í einu, snúið kartöflum í kúlu í horninu á handklæði og dragið út eins mikinn safa og hægt er.
c) Blandið ostinum og eggjunum saman við og hrærið svo nægum rjóma út í til að blandan verði eins og rjómalöguð hvítkálssalat.
d) Hitið smjör og olíu á pönnu, hellið í litla eða stóra hauga af kartöfludeigi um það bil $\frac{3}{8}$ tommu þykkt. Eldið við hóflega háan hita í 3 til 4 mínútur, þar til loftbólur birtast í gegnum deigið.
e) Lækkið hitann aðeins, snúið við og eldið 4 til 5 mínútur í viðbót á hinni hliðinni. Ef það er ekki borið fram strax, raðið í eitt lag á ofnplötu og látið óhjúpað. Stökkt í nokkrar mínútur í forhituðum 400 gráðu ofni.

f) Berið fram með steikum, steikum, soðnum eða steiktum eggjum.

12. Banana creme Crêpes

HRÁEFNI:
- 4 bananar, skipt í notkun
- 8 aura ílát af rjóma karamellu
- Bragðbætt jógúrt
- ½ bolli þeyttur rjómi eða frosinn
- Þeytt álegg sem er ekki mjólkurvörur,
- Þíða, auk viðbótar fyrir
- Skreytið
- 6 Tilbúnar crêpes
- Hlynur eða súkkulaðisíróp

LEIÐBEININGAR:
a) Setjið 2 banana í matvinnsluvél eða blandara og blandið þar til slétt.
b) Bætið jógúrt út í og blandið saman. Hrærið þeyttu áleggi saman við.
c) Skerið banana sem eftir eru í mynt. Setjið til hliðar, 12 sneiðar til áleggs.
d) Setjið Crêpe á hvern framreiðsludisk: skiptið jógúrtblöndunni yfir hvern Crêpe.
e) Skiptið bananasneiðunum sem eftir eru og þeyttum rjóma eða áleggi í sundur.
f) Dreypið sírópi yfir hverja crêpe.

13. Cherry Crêpes

HRÁEFNI:
- 1 bolli sýrður rjómi
- ⅓ bolli Púðursykur, þétt pakkaður
- 1 bolli kexblöndu
- 1 egg
- 1 bolli Mjólk
- 1 dós Kirsuberjabökufylling
- 1 tsk appelsínuþykkni

LEIÐBEININGAR:
a) Blandið sýrðum rjóma og púðursykri saman og setjið til hliðar. Blandið saman kexblöndu, eggi og mjólk.
b) Blandið þar til slétt. Hitið olíuða 6" pönnu.
c) Steikið 2 msk kexblöndu í einu þar til þær eru ljósbrúnar, snúið við og brúnar.
d) Fylltu hverja crêpe með hluta af sýrða rjómablöndunni. Rúlla upp.
e) Setjið saumhliðina niður í bökunarformið. Hellið kirsuberjabökufyllingunni í heildina.
f) Bakið við 350~ í 5 mínútur. Hellið appelsínuþykkni yfir Crêpes og kveikið í til að bera fram.

14. Kumquat-pecan Crêpes

HRÁEFNI:
- ½ bolli varðveitt kumquat
- 3 stór egg
- 1½ bollar pekanhnetur, skornar í teninga
- ¾ bolli sykur
- ¾ bolli smjör, stofuhita
- 3 matskeiðar koníak
- ½ bolli pekanhnetur, í teningum
- ¼ bolli sykur
- ¼ bolli smjör, bræott
- ½ bolli koníak

LEIÐBEININGAR:
TIL FYLLINGAR:
a) Fræið, saxið og þurrkið kumquats, geymdu ⅓ bolla af kumquatsírópi.

b) Blandið saman eggjum, 1½ bolla pekanhnetum, ¾ bolli af sykri, ¾ bolli smjöri, kúmquats og 3 msk koníak í örgjörva eða blandara og blandið vel með því að nota kveikja/slökkva. Breyttu í skál.

c) Lokið og frystið í að minnsta kosti 1 klst.

AÐ SAMSETNING:
d) Smyrjið ríkulega tvo 7x11 tommu bökunarrétti.

e) Geymdu ⅓ bolla fyllingu fyrir sósu. Fylltu hverja crêpe með um það bil 1 ½ til 2 matskeiðum af fyllingu. Rúlla Crêpes upp vindla tísku.

f) Raðið saumhliðinni niður í einu lagi í tilbúnum bökunarréttum.

g) Hitið ofninn í 350 gráður. Stráið crêpes með afganginum af pekanhnetum og sykri og dreypið bræddu smjöri yfir.

h) Bakið þar til það er bullandi heitt, um 15 mínútur.

i) Á meðan skaltu sameina ⅓ bolla frátekna fyllingu, 2 matskeiðar koníak og ⅓ bolla frátekið kumquat síróp í litlum potti og látið malla við vægan hita.
j) Hitið afganginn af koníakinu í litlum potti.
k) Til að bera fram, raðið crepes á fat og toppið með sósu. Kveiktu á koníaki og helltu yfir toppinn, hristu diskinn þar til loginn minnkar. Berið fram strax.

15. Suðrænum ávöxtum Crêpe s

HRÁEFNI:
- 4 aura venjulegt hveiti, sigtað
- 1 klípa Salt
- 1 tsk púðursykur
- 1 egg ásamt einni eggjarauðu
- ½ pint mjólk
- 2 matskeiðar bráðið smjör
- 4 aura sykur
- 2 matskeiðar brandy eða romm
- 2½ bollar suðræn ávaxtablanda

LEIÐBEININGAR:
a) Til að búa til Crêpe deigið skaltu setja hveiti, salt og flórsykur í skál og blanda saman.
b) Þeytið smám saman egg, mjólk og smjör út í. Látið standa í að minnsta kosti 2 klst.
c) Hitið létt smurða pönnu, hrærið deigið og notið til að búa til 8 crêpes. Halda hita.
d) Til að búa til fyllinguna skaltu setja suðræna ávaxtablönduna í pott með sykrinum og hita varlega þar til sykurinn leysist upp.
e) Látið suðuna koma upp og hitið þar til sykurinn karamellist. Bætið brennivíninu út í.
f) Fylltu hverja crêpe með ávöxtum og berðu strax fram með rjóma eða creme fraiche.

16. Lemon Crepes

HRÁEFNI:
- 1 stórt egg
- ½ bolli Mjólk
- ¼ bolli alhliða hveiti
- 1 tsk Sykur
- 1 tsk Rifinn sítrónubörkur
- 1 klípa Salt
- Smjör eða olía fyrir pönnu

Sítrónusósa:
- 2 bollar vatn
- 1 bolli Sykur
- 2 sítrónur, sneiddar pappír þunnt, fræhreinsaðar

Rjómafylling:
- 1 bolli Þungur rjómi, kalt
- 2 tsk Sykur
- 1 tsk vanilluþykkni

LEIÐBEININGAR:
CRÊPE DEJUR:
a) Þeytið egg og mjólk létt saman í meðalstórri blöndunarskál.

b) Bætið við hveiti, sykri, sítrónuberki og salti og þeytið þar til slétt.

c) Geymið þakið í kæli í að minnsta kosti 2 klukkustundir eða yfir nótt.

Sítrónusósa:
d) Hitið vatn og sykur í þungum meðalstórum potti þar til sykurinn leysist upp.

e) Bætið sítrónusneiðum út í og látið malla í 30 mínútur. Kældu niður í stofuhita.

GERÐU CREPES:

f) Húðaðu crêpe pönnuna á 6 tommu nonstick pönnu með þunnu lagi af smjöri eða olíu.
g) Hitið pönnu yfir meðalháum hita.
h) Hellið 2 matskeiðum af Crêpe deiginu út í og hallið pönnunni hratt til að dreifa deiginu jafnt.
i) Eldið þar til botninn er orðinn gullinn og brúnin hefur dregið sig frá hliðinni á pönnunni, um það bil 3 mínútur.
j) Snúðu crêpe og eldaðu seinni hliðina í um það bil 1 mínútu.
k) Látið kólna á disk og endurtakið með afganginum af deiginu til að búa til 8 crêpes í allt.
l) Rétt áður en borið er fram skaltu búa til rjómafyllinguna: þeytið rjóma, sykur og vanillu í hrærivélaskál þar til stífir toppar myndast.
m) Setjið 2 crêpes, gullna hliðina niður, á hvern eftirréttardisk.
n) Setjið rjómafyllingu á hverja Crêpe og rúllið upp, brjótið saman brúnirnar og setjið saumhliðina niður á diska.
o) Hellið $\frac{1}{4}$ bolla sítrónusósu yfir hvern skammt og berið fram í einu.

17. Crêpes með Chablis ávaxtasósu

HRÁEFNI:
- 3 egg
- 1 bolli undanrennu
- 1 bolli hveiti
- $\frac{1}{8}$ teskeið Salt
- Matreiðslusprey
- $\frac{1}{2}$ bolli Chablis vín
- $\frac{1}{4}$ bolli Vatn
- $\frac{1}{4}$ bolli sykur
- 1 matskeið maíssterkja
- $\frac{3}{4}$ bolli fersk eða frosin jarðarber
- $\frac{1}{2}$ bolli appelsínubitar í teningum
- 1 matskeið vatn
- 4 Lovers Crêpes

LEIÐBEININGAR:
a) Blandið saman fyrstu 4 hráefnunum og hrærið á lágum hraða í um það bil eina mínútu. Skafið niður hliðarnar og blandið vel saman þar til slétt er.
b) Látið standa í 30 mínútur. Húðaðu botninn á $6\frac{1}{2}$ tommu eggjaköku eða steikarpönnu með matreiðsluúða.
c) Hitið pönnu við lágan hita.
d) Hellið um 3 msk af deigi út í - hallið og snúið pönnu til að dreifa deiginu jafnt.
e) Eldið þar til það er léttbrúnað á botninum – snúið við og brúnið hina hliðina.
f) Til að geyma-pakka crêpes aðskildar með vaxpappír, frysta eða geyma í kæli.

CHABLIS Ávaxtasósa:
g) Blandið saman fyrstu 3 hráefnunum í litlum potti - látið suðuna koma upp - látið malla í 5 mínútur.

h) Hrærið maíssterkju og 1 matskeið af vatni þar til það er slétt.

i) Hrærið út í vínblönduna og látið malla í nokkrar mínútur þar til það þykknar, hrærið af og til.

j) Bætið ávöxtum út í og hitið þar til ávextirnir eru orðnir heitir. Fylltu crêpes, brjótið yfir og skeiðið auka sósu yfir.

18. Ambrosia Crêpes

HRÁEFNI:

- 4 Crêpes
- 16 aura dós ávaxtakokteill
- 1 dós Frosið eftirréttálegg - þiðnað
- 1 lítill þroskaður banani skorinn í sneiðar
- ½ bolli lítill marshmallows
- ⅓ bolli rifin kókos

LEIÐBEININGAR:

a) Skreytið með viðbótaráleggi og ávöxtum.
b) Til að frysta Crêpes stafla með vaxpappír á milli.
c) Vefjið inn í þunga álpappír eða frystipappír.
d) Hitið í 350° heitum ofni í 10-15 mínútur.

19. Berry crêpes með appelsínusósu

HRÁEFNI:

- 1 bolli fersk bláber
- 1 bolli sneið jarðarber
- 1 matskeið Sykur
- Þrír 3 aura pakkar af mjúkum rjómaosti
- ¼ bolli hunang
- ¾ bolli appelsínusafi
- 8 Crêpes

LEIÐBEININGAR:

a) Blandið bláberjum, jarðarberjum og sykri saman í litla skál og setjið til hliðar.

b) Til að undirbúa sósu, þeytið rjómaost og hunang þar til það er ljóst, og þeytið hægt út í appelsínusafa.

c) Setjið um ½ bolla af berjafyllingu í miðjuna á 1 Crêpe. Setjið um 1 matskeið af sósu yfir berin. Rúllið upp og setjið á disk. Endurtaktu með crepes sem eftir eru.

d) Hellið afganginum af sósunni yfir Crêpes.

20. Basic Croissants

HRÁEFNI:

- ¾ bolli auk 1 matskeið nýmjólk
- 2 tsk instant ger
- 2⅔ bollar alhliða hveiti (eða T55 hveiti), auk auka til að móta
- 1 matskeið auk 1½ teskeiðar (20 grömm) kornsykur
- 2 tsk kosher salt
- 1 bolli ósaltað smjör, við stofuhita, skipt
- 1 stórt egg

LEIÐBEININGAR:

a) Búið til deigið: Hrærið saman mjólkinni og gerinu í meðalstórri skál, bætið síðan hveiti, sykri, salti og smjöri saman við og hrærið þar til það myndast lobbótt deig. Snúið deiginu út á hreinan bekk og hnoðið í 8 til 10 mínútur (eða flytjið yfir í hrærivél og hnoðið í 6 til 8 mínútur á lágum hraða) þar til það er slétt, teygjanlegt og mjúkt.

b) Ef það er hnoðað í höndunum skaltu setja deigið aftur í skálina. Hyljið með handklæði og setjið til hliðar í 1 klukkustund eða þar til tvöfaldast að stærð. (Þessi tímasetning er breytileg, fer eftir hitastigi eldhússins.)

c) Snúðu deiginu út á hreinan bekk og þrýstu létt á 8 tommu ferning. Pakkið inn með plastfilmu og kælið í 1 klst. Þetta er þekkt sem deigblokkin.

d) Deigblokkin og smjörblokkin ættu að hafa svipað hitastig og samkvæmni, svo það er nauðsynlegt að kæla.

e) Eftir 30 mínútna kælingu á deigblokkinni skaltu setja afganginn af ¾ bolla (170 grömm) af smjöri á smjörpappír. Toppaðu með viðbótarblaði af smjörpappír og notaðu kökukefli og plastbekksköfu til að móta smjörið í 6 × 8 tommu rétthyrning. Renndu pakkanum af bökunarpappír yfir á bökunarplötu og settu í kæli í 15 til 20 mínútur þar til hann er þéttur en teygjanlegur. Þú ættir að geta beygt pakkann án þess að hann brotni í brot.

f) Settu smjörkubbinn til hliðar á bekknum þínum á meðan þú mótar deigið. Þetta mun tryggja að það sé rétt hitastig (ekki of kalt) fyrir innlimun. Dustaðu bekkinn þinn og efst á deiginu með hveiti og rúllaðu deigblokkinni í 9 x 13 tommu ferhyrning. Penslið af umfram hveiti. Taktu smjörið upp og snúðu því á miðju deigsins, þannig að brúnir þess mætast næstum hliðum deigblokkarinnar. Brjótið efsta og neðsta hluta deigsins yfir smjörblokkina og hittist í miðjunni. Lokaðu miðju- og endasaumunum vandlega. Hitastig skiptir sköpum, svo vinnið hratt.

g) Dustaðu bekkinn þinn með hveiti og snúðu deiginu þannig að miðsaumurinn vísi að þér. Fletjið deigið út með fram og til baka hreyfingu til að búa til 7 x 21 tommu ferhyrning, vinnið varlega svo ekkert smjör sleppi úr deiginu. Ef smjör gægist í gegnum, klípið deigið utan um það til að hylja það og stráið með hveiti. Penslið umfram hveiti af áður en það er brotið saman.

h) Brjótið efsta þriðjung deigsins í átt að miðjunni, brjótið síðan neðsta þriðjung deigsins yfir miðjuna til að mynda bréfbrot. Penslið af umfram hveiti.

i) Vefjið deigið inn í plastfilmu og kælið í 30 mínútur.

j) Endurtaktu skref 6, byrjaðu með brotnu brún deigsins á vinstri hliðinni, rúllaðu deiginu í 7 x 21 tommu rétthyrning og búðu til bréfbrot. Vefjið deigið aftur inn og kælið í 45 mínútur.

k) Endurtaktu þetta skref einu sinni enn, pakkaðu síðan deiginu inn og kældu í að minnsta kosti 1 klukkustund eða yfir nótt.

l) Mótið og bakið: Klæðið bökunarplötu með bökunarpappír.

m) Dustaðu bekkinn þinn með hveiti og rúllaðu deiginu í $\frac{1}{4}$ tommu þykkan rétthyrning, um það bil 9 x 20 tommur.
n) Notaðu skurðhníf til að merkja 4 tommu hluta eftir lengd langhliðarinnar. Notaðu kokkahníf til að skera rétthyrninginn við 4 tommu merkin og búðu til fimm 4 x 9 tommu hluta. Haltu hvern þessara hluta á ská til að búa til alls 10 þríhyrninga.
o) Teygðu botn hvers þríhyrnings örlítið til að lengja hann aðeins.
p) Byrjið á langhliðinni og rúllið þríhyrningunum til að búa til smjördeigsform.
q) Þegar þú ert næstum kominn á enda rúllunnar skaltu toga aðeins í oddinn til að lengja hann og vefja honum utan um smjördeigið, klípa létt til að loka. Settu hverja smjördeigið á tilbúna bökunarplötuna með oddunum neðst til að koma í veg fyrir að þau opnist á meðan þú sýrir og bakar. Geymdu þau með nokkurra tommu millibili.
r) Hyljið bakkann með plastfilmu og setjið til hliðar við stofuhita í $1\frac{1}{2}$ til $2\frac{1}{2}$ klukkustund. (Þessi tímasetning er breytileg, allt eftir hitastigi eldhússins þíns, en kjörhitastigið er 75°F til 80°F.) Sönnun þar til það nær marshmallow-y samkvæmni og aukið rúmmál. Ef þú potar í deigið ætti það að springa örlítið aftur og skilja eftir inndrátt.
s) Eftir 1 klukkustund af sýringu skaltu forhita ofninn í 400°F.
t) Í lítilli skál, þeytið eggið með skvettu af vatni og notið sætabrauðsbursta til að pensla gljáann yfir smjördeigshornin. Penslið þær einu sinni enn, fyrir auka glans.
u) Bakið í 30 til 35 mínútur þar til smjördeigið er orðið djúpt gullbrúnt. Berið fram heitt.

21. Klassisk croissant

HRÁEFNI:
- 4 bollar alhliða hveiti
- 1/4 bolli sykur
- 1 1/2 tsk salt
- 2 1/4 tsk instant ger
- 1 1/4 bollar köld mjólk
- 2 matskeiðar ósaltað smjör, mildað
- 2 1/2 stangir ósaltað smjör, kælt og skorið í þunnar sneiðar
- 1 egg þeytt með 1 matskeið af vatni

LEIÐBEININGAR:
a) Í stórri skál, þeytið saman hveiti, sykur, salti og ger.
b) Bætið köldu mjólkinni og 2 msk mjúku smjöri út í og hrærið þar til það myndast lobbótt deig.
c) Snúið deiginu út á hveitistráð yfirborð og hnoðið í um 10 mínútur þar til það er slétt og teygjanlegt.
d) Setjið deigið í létt smurða skál, setjið plastfilmu yfir og kælið í 1 klukkustund.
e) Á hveitistráðu yfirborði veltið kældu smjörsneiðunum í rétthyrning. Brjótið deigið yfir smjörið og klípið saman brúnirnar.
f) Fletjið deigið og smjörið út í langan ferhyrning. Brjóttu það í þriðju, eins og bréf.
g) Fletjið deigið út aftur og endurtakið brjóta saman tvisvar í viðbót. Kældu deigið í 30 mínútur.
h) Fletjið deigið út í síðasta sinn í stóran ferhyrning og skerið það síðan í þríhyrninga.
i) Rúllaðu hverjum þríhyrningi upp, byrjaðu á breiðu endanum, og mótaðu í hálfmánann.
j) Setjið smjördeigshornin á fóðraða ofnplötu, penslið með eggjaþvotti og látið hefast í 1 klukkustund.

k) Forhitið ofninn í 400°F (200°C) og bakið smjördeigshornin í 20-25 mínútur þar til þau eru gullinbrún.

22. Fjaðurbrauð kruðerí

HRÁEFNI:

- 2 tsk brauðvél ger
- 2¼ bollar alhliða hveiti
- 2 tsk Salt
- 2 matskeiðar skyndilaust fitulaust þurrmjólkurefni
- 1 matskeið Sykur
- ⅞ bolli Vatn
- 4 aura ósaltað smjör
- 1 stórt egg; barinn með
- 1 matskeið vatn; fyrir glerjun
- 3 stangir (1,45 únsur) hálfsætt súkkulaði

LEIÐBEININGAR:

a) Bætið geri, hveiti, salti, þurrmjólk, sykri og vatni í brauðvélarformið og setjið í vélina. Vinnið hráefnin á deigstillingunni þar til þau eru vel innifalin, án þess að þurrefnin loða við hliðar pönnunnar, um það bil 10 mínútur á flestum vélum.

b) Eftir að deigið hefur verið blandað skaltu slökkva á vélinni og láta deigið hefast í vélinni þar til það hefur tvöfaldast, um 1½ klukkustund.

c) Á meðan skaltu setja smjörstöngina á milli 2 laga af plastfilmu eða vaxpappír. Fletjið út og mótið smjörið með fingrunum í 6 tommu ferning sem er um ⅓ tommu þykkur. Kældu í að minnsta kosti 15 mínútur. Smjörið verður að vera í samræmi við grænmetisstyttingu þegar þú notar það. Ef það er of hart, mun það rífa deigið; ef það er of mjúkt lekur það út úr hliðunum. Hitaðu það eða kældu það í samræmi við það.

d) Þegar deigið hefur tvöfaldast að rúmmáli, snúið því út á vel hveitistráðan flöt. Þrýstu deiginu í 13 tommu ferning með hveitistráðum höndum. Taktu kælda smjörið upp og settu það á skrá í miðju deigferningsins. Færið hornin á deiginu yfir smjörið til að mæta í miðjuna (það mun líta út eins og umslag). Prýstið miðju og brúnum deigsins út til að fletja út og innsiglið smjörið.

e) Notaðu létt hveitistráðan kökukefli, rúllaðu deiginu í 18 x 9 tommu rétthyrning. Ekki þrýsta of fast. Ef þú gerir það mun smjörið leka út eða deigið rifnar (ef það rifnar skaltu bara klípa til að plástra). Brjóttu einn 9 tommu enda deigs rétthyrningsins yfir miðþriðjung deigsins. Brjóttu þetta yfir þann þriðjung sem eftir er.

f) Fletjið deigið aftur út í 18 x 9 tommu rétthyrning. Brjótið það saman eins og áður til að mynda 3 lögin og setjið í plastpoka eða pakkið lauslega inn í plastfilmu. Kælið deigið í 30 mínútur og endurtakið síðan rúlluna, brjóta saman og kælið tvisvar í viðbót.

g) Geymið deigið í kæli yfir nótt eftir síðasta brotið.

h) Skerið deigið í tvennt til að skera og móta smjördeigið. Vefjið annan helminginn inn í plast og setjið hann aftur í kæli á meðan þið vinnið með hinn helminginn. Fletjið deigið út á létt hveitistráðu yfirborði í 13 tommu hring.

i) Skerið það í 6 báta. Dragðu varlega undir hvern fleyg í um það bil 6 tommu breidd og lengd hvers fleyg í um það bil 7 tommur. Byrjaðu á botninum og rúllaðu fleygnum upp. Setjið smjördeigið, efst undir, á sterka bökunarplötu.

j) Beygðu og færðu grunnpunktana í átt að miðjunni til að mynda hálfmánann. Rúllaðu og mótaðu öll smjördeigshornin, settu þau með 2 tommu millibili á ofnplötu.

k) Penslið smjördeigshornin létt með eggjagljáanum. Leyfðu þeim síðan að lyfta sér á heitum stað þar til þær eru léttar og blásnar, um það bil 1 $\frac{1}{2}$ klukkustund. Á meðan, forhitaðu ofninn í 400F. Penslið smjördeigshornin með eggjagljáanum einu sinni enn rétt áður en þau eru sett í ofninn. Bakið í 15 mínútur, eða þar til þær eru gullinbrúnar. Takið smjördeigshornin af bökunarplötunni til að kólna á grind. Berið fram heitt, með sultu eða uppáhalds samlokufyllingunni þinni.

l) Útbúið smjördeigsdeigið samkvæmt leiðbeiningum.

m) Eftir að þú hefur skorið það í tvennt skaltu rúlla hverjum helmingi í 14 x 12 tommu rétthyrning á létt hveitistráðu yfirborði. Skerið hvern helming í sex 7 x 4 tommu ferhyrninga.

n) Brjóttu í sundur þrjár 1,45 aura stangir af hálfsætu eða dökku súkkulaði til að búa til 12 ferhyrninga, hver um sig um 3 x 1 ½ tommur. Settu eitt súkkulaðistykki eftir endilöngu meðfram einum skammenda hvers deigs. Rúllaðu til að umlykja súkkulaðið alveg og ýttu á brúnirnar til að loka. Setjið smjördeigshornin, með saumhliðinni niður, á stóra ofnplötu.

o) Haltu áfram að gljáa og baka samkvæmt leiðbeiningum.

23. Kornskálar kruðerí

HRÁEFNI:

- ¼ pint volgu vatni
- 7 aura Ósykrað niðurdregin að hluta til
- 1 eyri þurrger
- 2 aura ósaltað smjör; bráðnað
- 1 pund kornmjöl
- Klípa af salti
- 3 aura sólblóma- eða sojasmjörlíki
- Mjólk til að gljáa

LEIÐBEININGAR:

a) Blandið vatninu saman við uppgufna mjólkina og myljið síðan ferska gerið út í, eða hrærið þurrkuðu gerinu saman við.

b) Bætið smjörinu út í. Sigtið hveitið með salti í stórri skál og skilið kornunum úr sigtinu yfir í hveitið í skálinni.

c) Nuddið smjörlíkinu inn í hveitið þar til blandan líkist brauðrasp.

d) Búið til holu í miðju hveitsins, hellið gerblöndunni út í og blandið vel saman.

e) Setjið deigið á létt hveitistráð yfirborð og hnoðið í 3 mínútur.

f) Setjið deigið aftur í skálina, hyljið með röku viskustykki og látið hefast á hlýjum stað í um það bil 30 mínútur þar til það hefur tvöfaldast að stærð.

g) Ef herbergishitastigið er kalt má hraða upphækkuninni með örbylgjuofni: Látið deigið í örbylgjuofni í örbylgjuofni á fullu afli í 10 sekúndur. Látið deigið standa í 10 mínútur og endurtakið síðan ferlið tvisvar.

h) Snúðu helmingnum af lyfta deiginu á létt hveitistráð yfirborð og rúllaðu í hring um það bil 5 mm (¼ tommu) þykkt. Skerið deigið í átta þríhyrningslaga hluta með beittum hníf.

Vinnið frá ytri brúninni, rúllið hverjum hluta inn í miðjuna. Beygðu hvern bita í hálfmána og leggðu á létt smurða bökunarplötu.

i) Hyljið með viskustykki og látið tvöfaldast.

j) Á meðan, forhitaðu ofninn í Gas Mark 5/190C/375 F. Endurtaktu mótunarferlið með hinum helmingnum af deiginu.

k) Að öðrum kosti skaltu láta afganginn af deiginu vera þakið í kæli í allt að 4 daga og nota þegar ferskt smjördeigshorn þarf.

l) Þegar smjördeigshornin hafa tvöfaldast að stærð skaltu gljáa þau með mjólkinni og baka í ofni í 15-20 mínútur þar til þau eru mjúk og gullin.

24. Súkkulaðibita kruðerí

HRÁEFNI:

- 1½ bolli Smjör eða smjörlíki, mildað
- ¼ bolli alhliða hveiti
- ¾ bolli Mjólk
- 2 matskeiðar Sykur
- 1 tsk Salt
- ½ bolli Mjög heitt vatn
- 2 pakkar Virkt þurrger
- 3 bollar hveiti, ósigtað
- 12 aura súkkulaðiflögur
- 1 eggjarauða
- 1 matskeið Mjólk

LEIÐBEININGAR:

a) Þeytið smjör, ¼ bolli af hveiti með skeið þar til það er slétt. Dreifið á vaxpappír í 12x6 rétthyrningi. Geymið í kæli. Hitið ¾ bolli mjólk; hrærið 2 msk sykur, salt til að leysa upp.
b) Kælt til volgt. Stráið vatni með ger; hrærið til að leysast upp. Með skeið, þeytið mjólkurblöndu og 3 bolla hveiti út í þar til það er slétt.
c) Kveiktu á létt hveitistráðu sætabrauðsdúk; hnoðið þar til slétt. Látið lyfta sér, þakið, á heitum stað, lausu við drag, þar til tvöfaldast - um það bil 1 klukkustund. Kælið í ½ klst.
d) Á létt hveitistráðu sætabrauðsdúk, rúllaðu í 14x14 ferhyrning.
e) Setjið smjörblöndu á helming deigsins; fjarlægðu pappír. Brjótið hinn helminginn yfir smjörið; klípa brúnir til að innsigla. Með fellingu til hægri, rúllaðu frá miðju í 20x8.
f) Brjóttu deigið í þriðju frá skammhliðinni, gerðu 3 lög; innsigli brúnir; kælið 1 klst vafinn inn í filmu. Með fellingu til vinstri, rúllaðu í 20x8; brjóta saman slappaðu af í ½ klukkustund. Endurtaktu.

g) Kældu yfir nótt. Næsta dag, rúlla; brjóta saman tvisvar; slappaðu af í ½ klukkustund á milli. Kældu síðan 1 klukkustund lengur.

h) Til að móta: skera deigið í 4 hluta. Á létt hveitistráðu sætabrauðsdúk, rúllaðu hverjum í 12 tommu hring. Skerið hvern hring í 6 báta.

i) Stráið bátum súkkulaðibitum yfir -- gætið þess að skilja eftir ½ tommu brún allan hringinn og fylla ekki of mikið af flögum. Rúllaðu upp sem byrjar á breiðum enda. Myndaðu í hálfmánann. Settu með hliðinni niður, 2" á milli á brúnan pappír á kökuplötu.

j) Þekja; látið lyfta sér á heitum stað, laus við drag þar til tvöfaldast, 1 klst.

k) Hitið ofninn í 425. Penslið með þeyttri eggjarauðu blanda í 1 msk mjólk. Bakið í 5 mínútur, minnkið síðan ofninn í 375; bakið í 10 mínútur í viðbót eða þar til smjördeigshornin eru blásin og brún.

l) Kælið á grind í 10 mínútur.

25. Banana eclair smjördeigshorn

HRÁEFNI:

- 4 frosin croissant
- 2 ferningur hálfsætt súkkulaði
- 1 matskeið Smjör
- $\frac{1}{4}$ bolli Sigtaður konfektsykur
- 1 tsk Heitt vatn; upp í 2
- 1 bolli vanillubúðingur
- 2 meðalstórir bananar; sneið

LEIÐBEININGAR:

a) Skerið frosin smjördeigshorn í tvennt eftir endilöngu; fara saman. Hitið frosin smjördeigshorn á ósmurðri ofnplötu í forhitaðri 325°F. ofn 9-11 mínútur.

b) Bræðið súkkulaði og smjör saman. Hrærið sykri og vatni saman við til að búa til smurhæfan gljáa.

c) Smyrjið $\frac{1}{4}$ bolla af búðingi á botninn á hverjum croissant. Toppið með sneiðum bananum.

d) Skiptu um croissant toppa; dreypið á súkkulaðigljáa.

e) Berið fram.

26. Dökkt súkkulaði maltað Croissant brauðbúðing

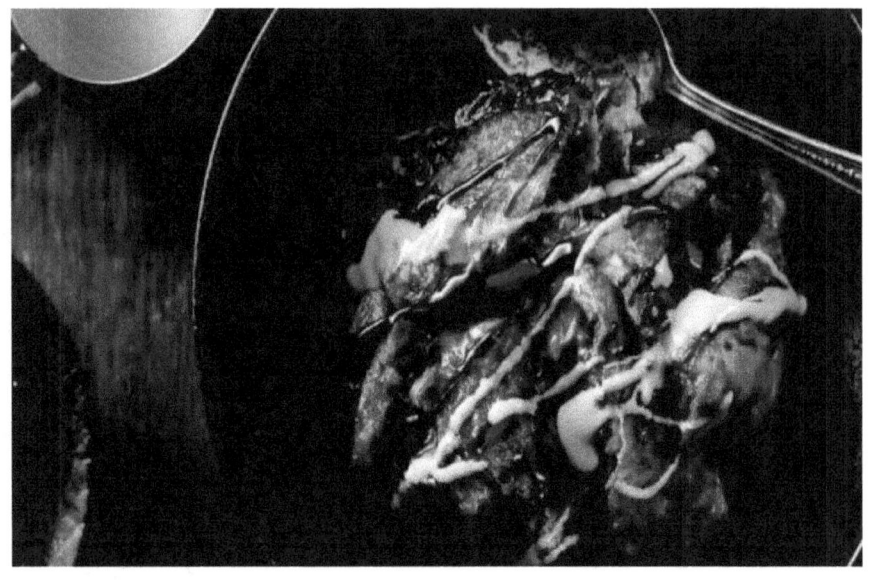

HRÁEFNI:

- 6 stór kruðerí, helst dagsgömul
- 3 bollar nýmjólk
- 1 bolli þungur rjómi
- 1/2 bolli kornsykur
- 4 stór egg
- 2 tsk vanilluþykkni
- 1/4 tsk salt
- 1/2 bolli dökkt súkkulaðibitar
- 1/4 bolli maltað mjólkurduft
- Þeyttur rjómi, til framreiðslu (má sleppa)

LEIÐBEININGAR:

a) Forhitið ofninn í 350°F. Smyrjið 9x13 tommu eldfast mót.

b) Skerið smjördeigshornin í hæfilega bita og setjið í tilbúið eldfast mót.

c) Í stórri skál, þeytið saman mjólk, rjóma, sykur, egg, vanilluþykkni, salt og maltmjólkurduft þar til það hefur blandast vel saman.

d) Hellið blöndunni yfir smjördeigshornin og passið að dreifa vökvanum jafnt.

e) Stráið dökku súkkulaðibitunum ofan á brauðbúðinginn.

f) Hyljið bökunarformið með álpappír og bakið í 35 mínútur.

g) Fjarlægðu álpappírinn og haltu áfram að baka í 15-20 mínútur til viðbótar, eða þar til brauðbúðingurinn hefur stífnað og toppurinn er gullinbrúnn.

h) Látið brauðbúðinginn kólna í nokkrar mínútur áður en hann er borinn fram. Toppið með þeyttum rjóma ef vill.

27. Súkkulaðimöndlu Croissant Éclairs

HRÁEFNI:
FYRIR PÂTE À CHOUX:
- 1/2 bolli vatn
- 1/2 bolli nýmjólk
- 1/2 bolli ósaltað smjör, skorið í teninga
- 1/2 tsk salt
- 1 tsk sykur
- 1 bolli alhliða hveiti
- 4 stór egg, stofuhita

FYRIR súkkulaðimöndlufyllinguna:
- 1 bolli þungur rjómi
- 1 bolli hálfsætar súkkulaðiflögur
- 1/2 bolli möndlusmjör

FYRIR súkkulaðigljáann:
- 1/2 bolli hálfsætar súkkulaðiflögur
- 2 matskeiðar ósaltað smjör
- 1 matskeið maíssíróp

LEIÐBEININGAR:

a) Forhitið ofninn í 375°F. Klæðið bökunarplötu með bökunarpappír.

b) Blandið saman vatni, mjólk, smjöri, salti og sykri í meðalstórum potti. Hitið við meðalhita þar til smjörið hefur bráðnað og blandan er að sjóða.

c) Bætið hveitinu í einu út í og hrærið kröftuglega með tréskeið þar til blandan myndar kúlu og togar frá hliðunum á pönnunni.

d) Takið pönnuna af hellunni og látið kólna í 5 mínútur.

e) Bætið eggjunum út í einu í einu, þeytið vel eftir hverja viðbót þar til blandan er orðin slétt og gljáandi.

f) Settu sætabrauðspoka með stórum hringlaga odd og fylltu með choux deiginu.

g) Settu sætabrauðið á tilbúna bökunarplötuna og myndaðu 6 tommu langar éclairs.
h) Bakið í 25-30 mínútur, eða þar til gullinbrúnt og blásið.
i) Takið úr ofninum og látið kólna alveg.
j) Hitið þungan rjómann í meðalstórum potti þar til hann er rétt að malla.
k) Takið af hellunni og bætið súkkulaðibitunum og möndlusmjörinu út í. Hrærið þar til súkkulaðið hefur bráðnað og blandan er slétt.
l) Skerið litla rauf í botninn á hverjum éclair og pípið fyllinguna inn í miðjuna.
m) Bræðið súkkulaðibitana, smjörið og maíssírópið í litlum potti við lágan hita, hrærið stöðugt þar til það er slétt.
n) Dýfðu toppnum á hverjum éclair í súkkulaðigljáann og settu á vírgrind til að stífna.
o) Valfrjálst: Stráið sneiðum möndlum yfir.

28. Súkkulaðihúðuð Jarðarberjakroissantar

HRÁEFNI:

- 6 smjördeigshorn
- 1/2 bolli jarðarberjasulta
- 1/2 bolli hálfsætar súkkulaðiflögur
- 1 matskeið ósaltað smjör
- 1/4 bolli þungur rjómi
- Fersk jarðarber, skorin í sneiðar (valfrjálst)

LEIÐBEININGAR:

a) Forhitið ofninn í 375°F.
b) Skerið hverja croissant í tvennt eftir endilöngu.
c) Smyrjið 1-2 matskeiðum af jarðarberjasultu á neðri helming hvers smjördeigs.
d) Skiptu um efsta hluta hvers smjördeigs og settu þá á bökunarplötu.
e) Bakið í 10-12 mínútur, eða þar til smjördeigin eru orðin létt gullinbrún.
f) Bræðið súkkulaðibitana, smjörið og þungan rjóma í litlum potti við lágan hita, hrærið stöðugt þar til það er slétt.
g) Takið smjördeigshornin úr ofninum og látið kólna í nokkrar mínútur.
h) Dýfðu efsta hluta hverrar smjördeigs í súkkulaðiblönduna og láttu umfram leka af.
i) Settu súkkulaðihúðuðu smjördeigshornin á vírgrind til að kólna og stífna.
j) Valfrjálst: Toppið með ferskum jarðarberjasneiðum áður en borið er fram.

AÐALRÉTTUR

29. Suprêmes De Volaille a Blanc

Hráefni:
ELDA Kjúklingabringurnar
- 4 yfirmenn
- ½ tsk sítrónusafi
- ¼ tsk salt
- Stór klípa af hvítum pipar
- 4 msk smjör
- Þungur, þakinn eldfastur pottur um 10 tommur í þvermál
- Hringur af vaxpappír klipptur til að passa í pott
- Heitur framreiðsluréttur

VÍN OG RJÓMASÓSA, OG FRÆÐINGUR
- ¼ bolli af hvítu eða brúnu soði eða niðursoðnu nautakjöti
- ¼ bolli portvín, Madeira, eða þurrt hvítt vermút
- 1 bolli þungur rjómi Salt, hvítur pipar og sítrónusafi
- 2 msk fersk hakkað steinselja

LEIÐBEININGAR:
a) Hitið ofninn í 400 gráður.
b) Nuddið suprêmes með dropum af sítrónusafa og stráið létt yfir salti og pipar. Hitið smjör í potti þar til það freyðir. Veltið súprêmes fljótt upp úr smjörinu, leggið pappír yfir þær, hyljið pottinn og setjið inn í heitan ofn.
c) Eftir 6 mínútur, ýttu á toppa af suprêmes með fingrinum; ef það er enn mjúkt og þykkt skaltu setja aftur í ofninn í eina eða tvær mínútur í viðbót.
d) Þeir eru búnir þegar þeir líða örlítið fjaðrandi og seigur; ekki ofelda þá. Taktu suprêmes í heitt framreiðslu fat; hyljið og haldið heitu á meðan sósan er gerð, sem tekur 2 til 3 mínútur.
e) Hellið soðinu eða soðinu og víninu í pottinn með smjörinu og sjóðið hratt niður við háan hita þar til vökvinn er

sírópkenndur. Hellið svo rjómanum út í og sjóðið hratt þar til það þykknar aðeins.
f) Kryddið vandlega með salti, pipar og dropum af sítrónusafa.
g) Hellið sósunni yfir suprêmes, stráið steinselju yfir og berið fram strax.

30. Risotto

Hráefni:

⅓ bolli fínt saxaður laukur
2 msk smjör
Þungur 6 bolla pottur eða eldfastur pottur
1 bolli óþvegin hrá hvít hrísgrjón
2 bollar kjúklingakraftur eða seyði, hitað að suðu
Salt og pipar
Lítill jurtavöndur: 2 steinseljukvistar, ⅓ lárviðarlauf og $\frac{1}{8}$ tsk timjan bundið í þvegið ostaklút

LEIÐBEININGAR:

Steikið laukinn rólega í smjörinu í nokkrar mínútur þar til hann er mjúkur og hálfgagnsær. Bætið hrísgrjónunum út í og hrærið við meðalhita í 3 til 4 mínútur þar til hrísgrjónakornin, sem fyrst verða hálfgagnsær, verða mjólkurhvít. Þetta skref eldar hveiti hrísgrjónahúðina og kemur í veg fyrir að kornin festist saman. Hrærið þá kjúklingakraftinum út í, kryddið létt með salti og pipar og bætið við kryddjurtavöndnum. Hrærið í stutta stund þar til suðunni er náð, lokið síðan vel á og eldið við hóflega suðu á eldavélinni eða í forhituðum 350 gráðu ofni. Stilltu hitann þannig að hrísgrjónin hafi gleypt vökvann á um það bil 18 mínútum, en alls ekki hræra í hrísgrjónunum meðan á eldun stendur. Þegar það er tilbúið skaltu hreyfa létt með gaffli, bæta við meira salti og pipar ef þarf. (Hægt er að elda risottoið fyrirfram og setja til hliðar, án loks; til að hita það upp aftur, setjið það í pott með sjóðandi vatni, hyljið hrísgrjónin og flujið stundum með gaffli þar til hrísgrjónin eru heit í gegn. Ekki ofelda.)

31. Haricots Verts Au Maître d'Hôtel

Hráefni:
FYRIRMAÐAÐA EÐA ÚTLAUN
3 pund. ferskar grænar baunir
Stór ketill sem inniheldur 7 til 8 lítra af hratt sjóðandi vatni
3½ msk salt
ÞJÓNUSTA
Þungur 8 til 10 tommu emaljeður pottur eða pönnu sem festist ekki við
Salt og pipar
3 til 4 msk smjör
1 tsk sítrónusafi
2 til 3 msk hakkað fersk steinselja

LEIÐBEININGAR:
Snap endar af baunum. Rétt fyrir eldun skaltu þvo fljótt undir heitu vatni. Setjið baunirnar í ketil, bætið salti við og náið fljótt upp suðu. Sjóðið óhult í 8 mínútur og prófið síðan baun með því að borða hana. Baunir eru tilbúnar þegar þær eru mjúkar en halda samt vísbendingu um krassandi. Um leið og þær eru tilbúnar skaltu setja sigti yfir ketilinn og tæma vatnið af baununum. Setjið síðan kalt vatn í katli í nokkrar mínútur til að kæla baunirnar og til að stilla litinn og áferðina. Tæmdu. Setjið til hliðar þar til það er tilbúið til notkunar.

Til að bera fram skaltu henda baunum í pottinn eða pönnu yfir miðlungs háum hita til að gufa upp allan raka þeirra. Hrærðu síðan salti, pipar og smjöri þar til það er vel hitað - 2 mínútur eða svo. Hrærið aftur með teskeið af sítrónusafa og hakkaðri steinselju. Berið fram strax.

32. Terrine De Porc, Veau, Et Jambon

Hráefni:
GRUNNI PÂTÉ BLANDAN
½ bolli fínt saxaður laukur
2 msk smjör
Lítil pönnu
3 lítra blöndunarskál
½ bolli þurrt púrtvín eða Madeira, eða koníak
¾ pund. (1½ bolli) fínmalað magurt svínakjöt
¾ pund. (1½ bolli) fínmalað magurt kálfakjöt
½ pund. (1 bolli) möluð fersk svínafita (sjá athugasemdir í upphafi uppskriftar)
2 létt þeytt egg
½ tsk salt
½ tsk pipar
½ tsk timjan
Stór klípa allrahanda
Lítill maukaður hvítlauksgeiri
KÁLFAKJÖLSTREMMENNAR
½ pund. magurt kálfakjöt af kringlótt eða hryggnum, skorið í ¼ tommu ræmur
Skál
3 msk koníak
Salt og pipar
Klípið hvert af timjan og kryddjurtum
1 msk smátt saxaður skalottlaukur eða rauðlaukur
Valfrjálst: 1 eða fleiri niðursoðnar trufflur skornar í ¼ tommu teninga og safi úr dós
MYNDA PâTÉ
2 lítra bökunarform eða pönnu (sjá athugasemdir í upphafi uppskriftar)
Næg blöð eða strimla af svínafitu til að láta paté (sjá athugasemdir í upphafi uppskriftar)

4 bollar af grunnpatéblöndunni
½ pund. halla soðin skinka skorin í ræmur ¼ tommu þykkar
1 lárviðarlauf
Álpappír
Þungt hlíf fyrir bökunarrétt eða pönnu
Pönnu til að geyma bökunarrétt í ofninum

LEIÐBEININGAR:
Eldið laukinn hægt í smjörinu þar til hann er mjúkur og hálfgagnsær; skafðu þær síðan í blöndunarskálina. Hellið víninu í pönnuna og sjóðið þar til það minnkar um helming; bætið við lauknum í blöndunarskálinni.
Þeytið kjötið, fituna, eggin og kryddið kröftuglega út í laukinn þar til allt er vandlega blandað og áferðin hefur mýkst og léttari - 2 til 3 mínútur. Steikið litla skeið þar til það er eldað í gegn; smakkið til og leiðréttið kryddið ef þarf.
Á meðan þú undirbýr annað hráefni til að fylgja eftir skaltu marinera kálfakjötið í skál með koníakinu og öðru kryddi, þar á meðal valfrjálsum trufflum og safanum úr dósinni þeirra. Áður en þú notar skaltu tæma kálfakjötið og trufflurnar; geymdu marineringuna.
(Forhitið ofninn í 350 gráður fyrir næsta skref.)
Klæðið botn og hliðar fatsins með strimlum af svínafitu, þrýstið því vel á sinn stað. Þeytið kálfamarineringu í grunnpatéblöndu og dreifið þriðjungi í botninn á fatinu. Hyljið helminginn af strimlunum af marineruðu kálfakjöti, til skiptis með helmingnum af skinkustrimunum. Ef þú notar trufflur skaltu setja þær í röð niður í miðjuna. Setjið helminginn af patéblöndunni yfir, afganginn af kálfa- og skinkustrimlunum, fleiri trufflum og loks það síðasta af patéblöndunni. Leggið lárviðarlaufið ofan á; hylja með lak eða

strimlum af svínafitu. Setjið efst á fatið með álpappír og setjið á hlífina (leggið lóð ofan á ef hlífin er laus eða laus).
BAKANDI PâTÉ
Setjið fat í aðeins stærri pönnu og hellið nægu vatni út í til að það komi tvo þriðju af leiðinni upp. Setjið í neðri þriðjung af forhituðum 350 gráðu ofni og bakið í um það bil 1½ klukkustund, eða þar til paté hefur hopað örlítið úr bökunarformi og allur vökvi og safi í kring eru glærgulur án ummerki um rósóttan lit.
KÆLING, KLÆÐING OG FRÆÐING
Þegar búið er að taka réttinn upp úr vatninu og setja á disk. Takið lokið af og setjið viðarbút, pönnu eða fat ofan á álpappírinn sem passar í eldfast mót. Á eða í það skaltu setja 3- til 4 punda þyngd eða hluta af kjötkvörn; þetta mun pakka niður patéinu svo það verða engin loftpláss seinna meir. Kældu við stofuhita í nokkrar klukkustundir, geymdu síðan í kæli, enn þungaðar, í 6 til 8 klukkustundir eða yfir nótt.
Skerið framreiðslusneiðar beint úr bökunarforminu við borðið, eða takið patéið úr form, afhýðið svínafituna og berið fram patéið skreytt með aspic. (Athugið: Ef þú geymir það í meira en 2 eða 3 daga í kæli, taktu þá upp kælda patéið og skafðu allt kjöthlaup af yfirborðinu, þar sem það er hlaupið sem skemmist fyrst. Þurrkaðu patéið þurrt og farðu aftur í eldfast mót eða umbúðir í vaxpappír eða plastfilmu.)

33. Épinards Au Jus; Épinards a La Crème

Hráefni:
FYRIRMAÐAÐA EÐA ÚTLAUN
3 pund. ferskt spínat
Stór ketill sem inniheldur 7 til 8 lítra af hratt sjóðandi vatni
3½ msk salt
Hakkahnífur úr ryðfríu stáli
ÞJÓNUSTA
2 msk smjör
Þungbotna 8 tommu emaljeður pottur eða pönnu
1½ msk sigtað hveiti
1 bolli nautakraftur, niðursoðinn nautakjötsbolli eða þungur rjómi
Salt og pipar
1 til 2 msk mjúkt smjör

LEIÐBEININGAR:
Skerið og þvoið spínatið. Slepptu því í sjóðandi vatnið handfylli í einu, bætið salti við og sjóðið rólega, án loks, í 2 til 3 mínútur, eða þar til spínatið er orðið lint. Tæmdu, renndu köldu vatni í ketil í eina eða tvær mínútur, tæmdu aftur. Kreistið eins mikið vatn úr spínatinu og hægt er með handfylli. Hakkaðu. Setjið til hliðar þar til það er tilbúið til notkunar. (Gerir um það bil 3 bolla.)
Bræðið smjörið í pottinum. Þegar það er kúla, bætið við hakkaða spínatinu og hrærið við miðlungs háan hita í 2 til 3 mínútur til að gufa upp raka. Þegar spínatið er rétt að byrja að festast við botninn á pönnunni, lækkið hitann í meðallagi og hrærið hveitinu út í. Eldið, hrærið, í 2 mínútur. Takið af hitanum og blandið soðinu, soðinu eða rjómanum saman við. Kryddið létt, látið sjóða, hyljið og eldið mjög hægt í 10 til 15 mínútur. Hrærið oft til að koma í veg fyrir sviða. Réttið kryddið, hrærið mjúku smjöri út í og berið fram.

34. Carottes Étuvées Au Beurre / Gulrætur steiktar í smjöri

Hráefni:

5 til 6 bollar skrældar og sneiðar eða í fjórðunga gulrætur (um 1½ lbs.)
Þungbotna 2 lítra emaljeður pottur
1 msk kornsykur
1½ bolli vatn
1½ msk smjör
½ tsk salt
Klípa af pipar
2 msk fersk hakkað steinselja
1 til 2 msk smjör til viðbótar

LEIÐBEININGAR:

Setjið gulræturnar í pottinn ásamt sykri, vatni, smjöri, salti og pipar. Lokið og látið sjóða rólega í um 30 mínútur, eða þar til gulræturnar eru mjúkar og vökvinn gufaður upp. Rétt krydd. Rétt áður en borið er fram skaltu hita aftur með því að blanda með steinseljunni og viðbótarsmjöri.

35. Champignons Farcis / Fylltir sveppir

Hráefni:
12 stórir sveppir
2 til 3 msk bráðið smjör
Grunnt bökunarrétt
Salt og pipar
2 msk saxaður skalottlaukur eða laukur
2 msk smjör
½ msk hveiti
½ bolli þungur rjómi
3 msk fersk hakkað steinselja
Auka salt og pipar
¼ bolli rifinn svissneskur ostur
1 til 2 msk bráðið smjör

LEIÐBEININGAR:
Fjarlægðu sveppastilka og geymdu. Þvoið og þurrkið tappana, penslið með bræddu smjöri og raðið með holri hliðinni upp í bökunarformið. Kryddið létt með salti og pipar.
Þvoið og þurrkið stilkana og hakkið. Snúðu horninu á handklæði með handfylli til að draga út eins mikinn safa og mögulegt er. Steikið með skalottlauknum eða lauknum í smjöri í 4 eða 5 mínútur þar til bitarnir byrja að skiljast. Lækkið hitann, bætið hveiti við og hrærið í 1 mínútu. Hrærið rjóma saman við og látið malla í eina eða tvær mínútur þar til þykknar. Hrærið steinselju og kryddi saman við. Fylltu sveppahetturnar með þessari blöndu; settu 1 tsk af osti yfir hvern og einn og dreyptu ofan á dropa af bræddu smjöri. Setjið til hliðar þar til tilbúið er að klára eldunina.
Fimmtán mínútum eða svo áður en borið er fram, bakið í efri þriðjungi af forhituðum 375 gráðu ofni þar til lokin eru mjúk og fyllingin hefur brúnast létt ofan á.

36. Escalopes De Veau Sautées a l'Estragon

Hráefni:
4 eða fleiri kálfaskál
1½ msk smjör
½ msk matarolía
10 tommu emaljeð eða non-stick pönnu
SÓSA OG FRÆÐINGUR
1 msk saxaður skalottlaukur eða laukur
Valfrjálst: ¼ bolli Sercial Madeira eða þurrt hvítt vermút
½ msk þurrkuð estragon lauf
1 bolli brúnt soð eða niðursoðið nautakjötsbolli; eða ¼ bolli af krafti og 1 bolli þungur rjómi
Valfrjálst: 1 bolli sveppir, áður steiktir í smjöri í um 5 mínútur
½ msk maíssterkju blandað saman við 1 msk af vatni
Salt og pipar
1 msk mjúkt smjör
Heitur framreiðsluréttur
Steinseljukvistar

LEIÐBEININGAR:
Þurrkaðu hörpuskelina vandlega á pappírshandklæði. Hitið smjör og olíu á pönnu við háan hita. Þegar smjörfroða hefur nánast hjaðnað en er ekki að brúnast skaltu bæta við hörpuskel. Þjappið þeim ekki saman; eldið þær nokkrar í einu ef þarf. Steikið á annarri hliðinni í um það bil 4 mínútur, stillir hitann þannig að fitan er alltaf mjög heit en brúnast ekki; snúðu síðan við og steiktu kjötið á hinni hliðinni. Hörpuskel er tilbúin þegar þau eru bara þola þrýstinginn frá fingrunum og safinn er glærgulur þegar kjöt er stungið. Fjarlægðu hörpuskel í meðlæti og gerðu sósuna þannig:
Hellið öllu nema matskeið af fitu af pönnunni. Bætið skalottlaukum eða rauðlauk út í og hrærið við vægan hita í ½

mínútu. Bætið síðan við valfrjálsu víninu, estragoninu og soðinu eða deiginu. Skafið upp allan storknaðan sautésafa með tréskeiði og látið malla í smástund. (Ef þú notar rjóma skaltu bæta honum við núna.) Sjóðið hratt til að minnka vökvann í um það bil ⅔ bolla. Takið af hitanum, blandið maíssterkjublöndunni og valfrjálsum sveppum út í. Látið malla, hrærið, í 2 mínútur. Kryddið hörpuskel létt með salti og pipar, setjið þær aftur á pönnuna og hrærið með sósunni. Rétt krydd. Setjið til hliðar án loks þar til nokkrum mínútum áður en borið er fram.

Rétt áður en borið er fram, hitið aftur að suðu, stráið hörpuskel með sósu í eina eða tvær mínútur þar til þær eru orðnar í gegn. Takið af hitanum, setjið hörpuskel á heitt fat og bætið smjöri út í sósuna á pönnu. Snúðu pönnu þar til smjörið hefur frásogast, helltu síðan sósu yfir hörpuskel. Skreytið með steinselju og berið fram strax.

37. Escalope De Veau Gratinées

Hráefni:
3 msk smjör
Þungbotna 2-lítra pottur
4 msk hveiti
2 bollar heitt kálfa- eða kjúklingakraftur eða baunir
Vírsvipa
½ bolli fínt saxaður laukur, áður soðinn í smjöri þar til hann er hálfgagnsær
1 bolli sneiddir sveppir, áður steiktir í smjöri í um það bil 5 mínútur
⅓ bolli þungur rjómi
½ bolli rifinn svissneskur ostur
Bökunarréttur, 2 tommur djúpur
Salt, pipar og sítrónusafi
4 til 8 áður steiktar hörpuskel eða afgangar af steiktu kálfakjöti
Valfrjálst: 4 til 8 sneiðar magrar soðnar skinku
1 msk mjúkt smjör

LEIÐBEININGAR:

Hitið ofninn í 375 gráður.
Bræðið smjör í potti, blandið síðan hveiti út í og eldið rólega, hrærið, í 2 mínútur án þess að brúnast. Takið af hitanum. Hellið öllu heitu soðinu eða soðinu út í í einu og þeytið kröftuglega með vírþeytara til að blanda saman. Sjóðið, hrærið, í 1 mínútu. Hrærið soðnum lauk saman við og látið malla í 5 mínútur. Hrærið sveppum saman við og látið malla í 5 mínútur í viðbót. Þynnt með skeiðar af rjóma en sósan á að vera frekar þykk. Rétt krydd; bætið tveimur þriðju af ostinum við. Smyrjið bökunarréttinn létt. Dreifið einni eða tveimur skeiðum af sósu á botninn á réttinum. Saltið og piprið kálfakjöt og leggið í skörunarsneiðar í fat, með skeið

af sósu og sneið af valfrjálsu skinkusneið á milli hvers. Setjið afganginn af sósunni yfir, stráið restinni af ostinum yfir og dreyjið smjöri yfir. Setjið til hliðar eða geymið í kæli þar til um það bil ½ klukkustund áður en borið er fram.

Til að klára eldamennskuna skaltu setja í efri þriðjung af forhituðum 375 gráðu ofni þar til það bólar og toppurinn hefur brúnast létt. Ekki ofelda.

38. Foies De Volaille Sautés, Madeire

Hráefni:
1 lb. kjúklingalifur (um 2 bollar)
Salt og pipar
½ bolli hveiti á disk
Stórt sigti
2 msk smjör
1 msk matarolía
Þung 10 tommu emaljeð eða non-stick pönnu
Valfrjálst: 1 bolli hægelduð soðin skinka, áður steikt í smjöri, og/eða 1 bolli ferskir sveppir í fjórðungi, áður steiktir í smjöri
½ bolli nautakraftur eða baunir
⅓ bolli þurr Sercial Madeira
1 msk mjúkt smjör
1 msk fersk söxuð steinselja

LEIÐBEININGAR:
Taktu yfir kjúklingalifur; skera út þráða og svarta eða grænleita bletti (það stafar af gallpokanum sem hvíldi á lifur áður en hún var hreinsuð). Þurrkaðu á pappírshandklæði. Rétt fyrir eldun, stráið létt yfir salti og pipar, veltið hveiti upp úr og hristið síðan í sigti til að fjarlægja umfram hveiti.

Bræðið smjörið og olíuna á pönnu við hæfilega háan hita. Þegar þú sérð smjörfroðan byrja að minnka skaltu bæta kjúklingalifrinum út í. Kasta oft í 3 til 4 mínútur þar til lifur eru léttbrúnt; þeir eru búnir þegar þeir eru bara fjaðrandi við fingursnertingu. Ekki ofelda. Bætið valfrjálsu steiktu skinku og sveppum út í, hellið soðinu og víninu út í og látið malla í 1 mínútu. Smakkið til og réttið kryddið. (Láttu til hliðar þar til seinna ef þú ert ekki tilbúinn til að bera fram.) Hitið aftur rétt áður en það er borið fram, takið síðan af hitanum og blandið með mjúku smjörinu og steinseljunni.

39. Timbale De Foies De Volaille / Kjúklingalifrarmót

Hráefni:
LÚÐARBLANDAN
1 lb. kjúklingalifur (um 2 bollar)
2 egg (BNA flokkuð „stór")
2 eggjarauður
$\frac{1}{4}$ tsk salt
$\frac{1}{8}$ tsk pipar
1 bolli þykk hvít sósa (1$\frac{1}{2}$ msk smjör, 2 msk hveiti og 1 bolli mjólk)
Valfrjálst: ⅓ bolli þungur rjómi
2 m púrt, Madeira eða koníak
BASTUR OG FRÆÐINGUR
4 bolla bökunarréttur 2$\frac{1}{4}$ til 3 tommur djúpur, eða 8 hálfbollar ramekin eða vaniljubollar
1 msk mjúkt smjör
Pönnu með sjóðandi vatni til að geyma bökunarrétt eða ramekins
2 bollar hollandaise eða bearnaise; eða rjómasósa bragðbætt með 1 tsk tómatmauk og estragon eða steinselju (sjá þessa síðu)

LEIÐBEININGAR:
Taktu yfir kjúklingalifur, klipptu út þráða og svarta eða grænleita bletti. Settu þau í krukku rafmagnsblöndunartækisins með eggjunum, eggjarauðunum, salti og pipar og blandaðu í 1 mínútu. Bætið hvítu sósunni og víninu eða koníakinu út í, blandið í 15 sekúndur í viðbót og sigtið í gegnum sigti í skál. (Eða maukið kjúklingalifur í gegnum matkvörn eða kjötkvörn í skál, blandið restinni af hráefninu út í og þrýstið í gegnum sigti.)
Hitið ofninn í 350 gráður.

Smyrðu léttri smjörfilmu innan í ofnform eða ramekins og fylltu að innan við $\frac{1}{8}$ tommu frá toppnum með lifrarblöndunni. Þegar tilbúið er að baka, setjið í pönnu með sjóðandi vatni og setjið síðan í miðhæð í forhituðum ofni. Stilltu vatni á pönnu þannig að það sé næstum en ekki alveg að malla. Tímbalinn er búinn þegar það sýnir mjög daufa rýrnun frá fatinu og þegar hnífur sem stungið er í miðjuna kemur hreinn út. Leyfðu um það bil 30 mínútur í ofninum fyrir timbale gert í ofnformi; um 20, ef þú notar ramekin. (Ef það er ekki borið fram strax, skildu eftir í pönnu með vatni í slökktum ofni, með hurð á glímu - eða hitaðu aftur ef þörf krefur.)

Til að taka úr mold úr bökunarformi, látið standa í 5 mínútur ef þú ert nýbúinn að baka, renndu síðan hníf í kringum brúnina á bökunni. Snúið létt smurðu heitu framreiðslumóti á hvolf yfir mótið, snúið síðan þessu tvennu við og gefur snörp hnykk niður og þá fellur timbalinn á sinn stað. Til að móta ramekins skaltu keyra hníf í kringum brún hvers og eins og afmóta á heita plötur eða fat, þannig að þú færð skarpt ryk niður á við rétt í lokin.

Hellið sósu yfir og utan um timbale eða ramekins og berið fram strax og látið afganginn af sósunni fara í heita skál.

Timbales eru bestir sem sérréttur, með heitu frönsku brauði og kældu hvítu Burgundy, Graves eða Traminer.

40. Canard a l'Orange / Steik önd með appelsínusósu

Hráefni:
LAGER FYRIR SÓSNU
- Andarvængjaenda, háls, innmatur
- 2 msk matarolía
- 1 meðalstór gulrót, skorin í sneiðar
- 1 meðalstór laukur, sneiddur
- 1 bolli nautakjötsbolli
- 2 bollar af vatni
- 4 steinseljukvistar, 1 lárviðarlauf og $\frac{1}{4}$ tsk salvía

APPELÍSÍNUBORÐIN
- 4 skærlitaðar appelsínur, nafla eða Valencia, ef hægt er
- 1 lítri vatn

ANDARBESTIÐ
- Steikingartími: 1 klukkustund og 30 til 40 mínútur.
- A 5-lb. andarunga sem er tilbúinn til matreiðslu
- $\frac{1}{2}$ tsk salt
- $\frac{1}{8}$ tsk pipar
- ⅓ af tilbúnum appelsínuberki
- Grunn steikarpönnu með grind, nógu stór til að halda öndinni auðveldlega

ÁFRAM MEÐ SÓSNU; APPELSÍNU HLUTIÐ
- 3 msk kornsykur
- $\frac{1}{4}$ bolli rauðvínsedik
- 2 bollar af andakrafti
- 2 Tb örvarót blandað með 2 Tb tengi
- Afgangurinn af appelsínuberkinum og appelsínurnar

LOKAMÁL OG AFREISNUN
- $\frac{1}{2}$ bolli þurr port
- Tilbúinn sósubotninn
- 2 til 3 msk appelsínulíkjör
- Dropar af appelsínubiti eða sítrónusafa
- 2 til 3 msk mjúkt smjör

LEIÐBEININGAR:

a) Skerið andarvængjaendana, hálsinn og innmatinn í 1 tommu bita. Brúnið á pönnu í heitri mataroliu með sneiðum gulrótinni og lauknum. Flyttu yfir í þungan pott, bættu við sjóða og nægu vatni til að það hylji um 1 tommu. Látið suðuna koma upp, fletjið hrúgu af, bætið svo kryddjurtunum við og látið malla í 2 til 2½ klukkustund. Sigtið, fletjið alla fitu af og látið sjóða niður þar til þú hefur 2 bolla af vökva. Þegar það er kalt, hyljið og kælið þar til þarf.

b) Notaðu grænmetisskrælara og fjarlægðu bara appelsínugula hlutann af hýðinu í strimlum. Skerið í fínar Julienne (litlar ræmur ekki meira en 1/16 tommu breiðar og 1½ tommur langar). Látið malla í 15 mínútur í 1 lítra af vatni til að fjarlægja beiskju; Tæmið síðan, skolið í köldu vatni og þurrkið í pappírshandklæði. Hluti af hýðinu fer í sósuna; hluti, inni í öndinni. Pakkið því inn í vaxpappír og geymið í kæli ef þið eruð ekki tilbúin að nota hann. Pakkið inn og kælið appelsínurnar sem eru að hluta afhýddar þar til síðar.

c) Undirbúið öndina eins og lýst er í upphafi uppskriftarinnar; þurrkið vel, kryddið holuna með salti og pipar og bætið appelsínuberkinum út í. Þrýstu vængjum og fótleggjum að líkamanum og lokaðu holi. Fyrir nákvæma tímasetningu verður öndin að vera við stofuhita.

d) Ef þú ert að steikja öndina á snúningsspíti skaltu nota miðlungs hátt hita. Fyrir ofnsteikingu, hitið í 450 gráður og setjið andabringur upp á grind í steikarpönnu; eftir 15 mínútur skaltu lækka ofninn í 350 gráður, snúa síðan öndinni frá einni hlið til hinnar á 15 mínútna fresti og á bakið á henni síðustu 15 mínúturnar. Basting er ekki nauðsynlegt.

e) Til að sjá hvenær öndin er tilbúin skaltu stinga djúpt í þykkasta hluta trommustokksins með gaffli: safinn ætti að vera dauft rósótt til að hreinsa; þegar öndin er tæmd, ættu síðustu dropunir af safa úr loftinu að vera dauft rósóttir til að verða glærgulir.
f) Blandið sykri og ediki saman í litlum potti, hrærið yfir hita til að bræða sykur alveg, sjóðið síðan hratt þar til blandan er orðin karamellubrún. Takið af hitanum og þeytið helminginn af andakraftinum út í; látið malla, hrærið, til að leysa upp karamelluna. Takið af hitanum, hellið restinni af andakraftinum út í og blandið örvarótarblöndunni saman við. Bætið appelsínuberki út í og látið malla í 3 til 4 mínútur; rétta kryddið vandlega. Sósan verður örlítið þykk og tær.
g) Skömmu áður en borið er fram skaltu skera hvíta hluta af afhýðinu af appelsínunum og síðan skera appelsínurnar í snyrtilega, húðlausa bita - ef það er gert of langt fram í tímann munu bitarnir ekki bragðast ferskir. Kælið í lokuðu skálinni þar til framreiðslutími er.
h) Þegar öndin er tilbúin, setjið á framreiðslufat og fargið bandi; Haltu því heitu í slökktum ofni þar til það er tilbúið til framreiðslu. Setjið fitu úr steikarpönnu, hellið púrtvíninu út í og skafið upp allan storknaðan steikarsafa með tréskeið. Hellið blöndunni í sósuna og látið suðuna koma upp, bætið við appelsínulíkjör. Smakkaðu vandlega; bætið við dropum af beiskju eða sítrónusafa ef sósan virðist of sæt. Rétt áður en borið er fram, takið þá af hitanum og hrærið smjöri saman við, matskeið í einu.
i) Skreyttu andabringur með appelsínubitum og hrúgaðu afgangi af bitum á hvorum enda disksins; skeið af sósu og afhýðið yfir öndina, hellið restinni í heitan sósubát og berið fram.

41. Canard a La Montmorency

Hráefni:
1 msk sítrónusafi
3 tb port eða koníak
Sykur eftir smekk (2 til 3 msk)
4 bollar kjöthlaup með vínbragði í potti
12 tommu afgreiðslufat
A $4\frac{1}{2}$-lb. ristuð önd, kæld og skorin í bita

LEIÐBEININGAR:
Kastaðu kirsuberjunum í skál með sítrónusafa, púrtúr eða koníaki og sykri. Leyfðu þeim að macera (brött) í 20 til 30 mínútur. Bætið síðan kirsuberjunum og safa þeirra út í kjöthlaupið. Ef þú notar fersk kirsuber skaltu hita við undir hita í 3 til 4 mínútur til að steikja varlega án þess að springa; hita 1 mínútu aðeins fyrir niðursoðin kirsuber. Tæmdu og kældu.
Hellið $\frac{1}{8}$ tommu lagi af volgu hlaupi á fat og kælið í 15 til 20 mínútur þar til það er stíft. Flysjaðu húðina af útskorinni önd og raðaðu öndunum í aðlaðandi hönnun yfir kælt hlauplag á fati. Setjið lag af köldu sírópríku hlaupi yfir öndina (fyrsta lagið festist ekki mjög vel), kælið í 10 mínútur og endurtakið með öðrum lögum þar til þú hefur 1/16 tommu húð.
Dýfðu kældum kirsuberjum í dálítið sírópríkt hlaup, raðaðu yfir öndina og kældu aftur þar til það er stíft. Setjið síðasta lag eða tvö af hlaupi yfir önd og kirsuber. Hellið afganginum af hlaupinu á disk, kælið, saxið og skeiðið utan um öndina. Ef þú ert með auka hlaup gætirðu líka viljað gera fleiri skreytingar með hlaupútskornum. Geymið öndina í kæli þar til hún er borin fram - þú getur klárað réttinn með dags fyrirvara.

42. Homard a l'Américaine

Hráefni:
AUKA HUMARINN
Þrír 1½-lb. lifandi humar
3 msk ólífuolía
Þung 12 tommu emaljeð pönnu eða pottur
Látið malla í víni og bragðefnum
1 meðalstór gulrót, smátt skorin
1 meðalstór laukur, smátt skorinn
Salt og pipar
3 msk saxaður skalottlaukur eða laukur
1 geiri maukaður hvítlaukur
⅓ bolli koníak
1 lb. tómatar, skrældir, fræhreinsaðir, safiaðir og saxaðir; eða ⅓ bolli venjuleg tómatsósa
2 msk tómatmauk, eða meira tómatsósa ef þarf
1 bolli fiskikraftur eða ⅓ bolli samlokusafi
1 bolli þurrt hvítt vermút
½ bolli nautakraftur eða baunir
2 msk hakkað steinselja
1 tsk þurrkað estragon, eða 1 msk ferskt estragon
KLÁRA HUMARINN
Humarkórallinn og grænt efni
6 msk mjúkt smjör
Sigti sett yfir 2 lítra skál
Tréskeið
ÞJÓNUSTA
Hringur af gufusoðnum hrísgrjónum eða risotto á heitu, léttsmjöru fati
2 til 3 msk hakkað steinselja, eða steinselja og ferskt estragon

LEIÐBEININGAR:
Undirbúið humarinn eins og lýst er í fyrri málsgrein. Hitið olíuna á pönnu þar til hún er mjög heit en reykir ekki. Bætið humarbitunum út í með kjöthliðinni niður og steikið í nokkrar mínútur, snúið þeim, þar til skeljarnar eru ljósrauðar. Fjarlægðu humarinn í meðlæti.
Hitið ofninn í 350 gráður.
Hrærið hægelduðum gulrótum og lauk í pönnuna og eldið rólega í 5 mínútur eða þar til það er næstum mjúkt. Kryddið humarinn með salti og pipar, setjið aftur á pönnu og bætið skalottlaukum eða skállauk og hvítlauk út í. Hellið koníakinu út í með pönnu yfir miðlungs hita. Snúðu andlitinu frá, kveiktu í koníaki með kveiktri eldspýtu og hristu pönnuna hægt þar til loginn hefur hjaðnað. Hrærið restinni af hráefnunum saman við, látið suðuna koma upp, setjið lok á og eldið rólega annaðhvort ofan á hellu eða í miðstigi í forhituðum ofni. Stilltu hitanum þannig að humarinn kraumar rólega í 20 mínútur.
Á meðan humarinn mallar, þrýstið humarkóralnum og grænu efninu með smjörinu í gegnum sigtið og ofan í skálina. Setja til hliðar.
Þegar humarinn er tilbúinn er hann settur í meðlæti. (Taktu kjötið úr skeljunum ef þú þarft.) Setjið pönnu með eldunarvökvanum yfir háan hita og sjóðið hratt þar til sósan hefur minnkað og þyknað aðeins; það mun þykkna meira þegar smjör-og-kóralblöndunni er bætt út í seinna. Smakkaðu mjög vandlega til að krydda. Setjið humarinn aftur í sósuna.
Hægt er að klára uppskriftina að þessum tímapunkti og klára síðar.

Látið suðuna koma upp í humarinn þar til hann er vel hitinn. Takið af hitanum. Þeytið hálfan bolla af heitu sósunni í dropatali út í kóral- og smjörblönduna og hellið svo blöndunni aftur yfir humarinn. Hristið og snúið pönnu við lágan hita í 2 til 3 mínútur til að steypa kórallinn og þykkna sósuna, en látið malla ekki.

Raðið humri og sósu í hrísgrjónahringinn, skreytið með kryddjurtum og berið fram strax. Sterkt, þurrt hvítvín eins og Burgundy eða Côtes du Rhône væri besti kosturinn þinn.

43. Potee Normande: Pot-Au-Feu

Hráefni:
NAUTA- OG SVÍNAKJÖT EÐA KÁLFAKJÖT
- Ketill sem er nógu stór til að geyma öll hráefnin sem talin eru upp í uppskriftinni
- A 4-lb. beinlaus nauta-chuck pottsteik
- A 4-lb. beinlaust svína- eða kálfakjöt
- 2 hvert af sellerí rif, gulrætur, laukur
- 1 lb. nauta- og kálfabein, sprungin
- Stór kryddjurtavöndur: 8 steinseljukvistar, 6 piparkorn, 4 negull, 3 hvítlauksrif, 2 tsk timjan, 2 lárviðarlauf, allt bundið í þvegið ostaklút
- 2 msk salt

KJÚKLINGUR OG FULL
- 4 bollar gamaldags hvítt brauðrasp
- Stór blöndunarskál
- $\frac{1}{4}$ til $\frac{1}{2}$ bolli sull eða mjólk
- $\frac{1}{4}$ bolli brætt smjör
- $\frac{1}{4}$ bolli soðin skinka í teningum
- 3 aura ($\frac{1}{2}$ pakki) rjómaostur
- $\frac{1}{2}$ tsk timjan
- 1 egg
- Hakkað kjúklingalifur, hjarta og skrældar maga, áður steikt í smjöri með $\frac{2}{3}$ bolli hakkað lauk
- Salt og pipar eftir smekk
- A 4-lb. steikjandi kjúklingur

GRÆNTÆMASKREYTING OG PYLSA
- Gulrætur, skrældar og skornar í fjórða
- Ræfur, skrældar og skornar í fjórða
- Laukur, afhýddur, rótarenda stungnir
- Blaðlaukur, skorinn í 6 til 8 tommu langan, grænn hluta klofinn eftir endilöngu, þveginn vandlega
- Heil pólsk pylsa eða einstakar ítalskar pylsur

LEIÐBEININGAR:
a) Hafið nautakjötið og svínakjötið eða kálfakjötið tryggilega bundið; festu við hvern kjötbita nægilega langan streng til að festast við handfang ketilsins. Settu nautakjöt í katli; binda band til að höndla. Bætið við grænmeti, beinum, jurtavönd og salti og hyljið um 6 tommur með köldu vatni. Látið suðuna koma upp, fletjið hrúgu af og látið malla í 1 klst. Bætið síðan við kálfakjöti eða svínakjöti.
b) Setjið brauðmylsnu í skál, vættið með smá laufi eða mjólk, þeytið síðan smjöri, skinku, osti, timjani, eggi og innmatum út í og smakkið til með salti og pipar. Fylltu og taktu kjúklinginn, hnýttu langan streng við hann, settu í katli og bindðu enda á bandi til að höndla. Látið ketilinn fljótt sjóða aftur og fletjið eftir þörfum.
c) Útbúið grænmeti og bindið hvern hóp í þvegið ostaklút; bætið í ketil 1½ klukkustund áður en áætluðum suðutíma lýkur. Bætið við pylsum, eða pylsum (bundnum í ostaklút), ½ klukkustund fyrir lok.
d) Kjöt og kjúklingur er tilbúið þegar gaffli stingur auðveldlega í holdið. Ef potee er búið áður en þú ert tilbúinn, mun það haldast heitt í góðar 45 mínútur, eða gæti verið hitað upp aftur.

ÞJÓNUSTA
e) Til að bera fram, tæmdu kjötið, klipptu og fargaðu strengjum og raðaðu kjöti og kjúklingi á stóran heitan disk. Grænmeti dreift um, steinselju stráið yfir og smá af soðsoðinu yfir. Sigtið og fitjið skál af soðkrafti til að bera fram með fatinu.
f) Meðlæti sem mælt er með: soðin hrísgrjón eða kartöflur; tómat-, kaper- eða piparrótarsósa; Kosher salt; súrum gúrkum; Franskt brauð; rauðvín eða rósavín.

44. Filets De Poisson En Soufflé

Hráefni:
SVEIT FISKINN
- ½ pund. roðlausar flundrur eða iljaflök
- Emaljeraður eða ryðfríu stáli pottur
- ½ bolli þurrt hvítt vermút
- auk vatns, eða 1½ bolli af hvítvínsfiski
- 1 tb saxaður skalottlaukur, grænn laukur eða rauðlaukur
- Salt og pipar

SOFFLE BLANDAN
- 2½ msk smjör
- 3 msk hveiti
- 2½ lítra pottur
- ¾ bolli heit mjólk
- Salt, pipar og múskat
- 1 eggjarauða
- 5 stífþeyttar eggjahvítur
- ½ bolli grófrifinn svissneskur ostur

LEIÐBEININGAR:

a) Setjið fiskinn í pottinn með vermútinu eða fiskikraftinum og nægilega miklu köldu vatni til að hylja. Bætið skalottlaukum og kryddi saman við.

b) Látið malla án loksins í um 6 mínútur, eða þar til fiskurinn er rétt soðinn í gegn; taktu fiskinn í meðlæti. Sjóðið fljótt niður eldunarvökva þar til þú hefur um það bil ½ bolla; geymdu helminginn fyrir souffléblönduna og afganginn fyrir sósuna.

c) Eldið smjörið og hveitið saman í pottinum í 2 mínútur án þess að litast. Takið af hitanum. Þeytið heitu mjólkina út í með vírþeytara og síðan ¼ bolla af fiskeldunarvökvanum. Látið suðuna koma upp, hrærið í, í 1 mínútu. Takið af hitanum. Þeytið eggjarauðuna út í. Hrærið einum fjórða af þeyttu eggjahvítunum saman við, blandið síðan varlega saman restinni af eggjahvítunum og öllum nema 2 matskeiðum af ostinum.

BAKANDI SÚFFLÉINN

d) Hitið ofninn í 425 gráður.
e) Smyrjið létt sporöskjulaga eldfast fat sem er um 16 tommur að lengd. Dreifðu ¼ tommu lagi af souffléblöndu í botninn á fatinu. Flögðu steiktu fiskflökin og skiptu í 6 hluta á fati. Hrúgðu restinni af souffléblöndunni yfir fiskinn og gerðu 6 hauga.
f) Stráið restinni af ostinum yfir og setjið á grind í efri þriðjungi forhitaðs ofnsins. Bakið í 15 til 18 mínútur, eða þar til souffléið hefur blásið og brúnað ofan á.

45. Cassoulet

Hráefni:
BAUNINAR
- 8 lítra ketill sem inniheldur 5 lítra af hratt sjóðandi vatni
- 5 bollar (2 lbs.) þurrar hvítar baunir (Great Northern eða lítil hvít Kalifornía)
- ½ pund. ferskur eða saltaður svínabörkur
- 1 lb. magurt salt svínakjöt látið malla í 10 mínútur í 2 lítrum af vatni
- Þungur pottur
- 1 bolli sneiddur laukur
- Stór jurtavöndur: 8 steinseljukvistar, 4 óafhýdd hvítlauksrif, 2 negul, ½ tsk timjan og 2 lárviðarlauf allt bundið í þvegið ostaklút
- Salt

SVÍNAKJÖÐIÐ
- 2½ pund. úrbeinað svínasteikt (hryggur eða öxl), umframfita fjarlægð

LAMBIN
- 2½ pund. úrbeinuð lambaöxl
- 3 til 4 TB matarolía
- Þungur eldfastur pottur eða stór pönnu
- 1 lb. sprungin lambabein
- 2 bollar saxaður laukur
- 4 geirar maukaðir hvítlaukur
- 6 TB tómatmauk
- ½ tsk timjan
- 2 lárviðarlauf
- 2 bollar þurrt hvítt vermút
- 3 bollar nautabollur
- 1 bolli af vatni
- Salt og pipar

HEIMAMAÐAR PYLSUKÖKUR

- 1 lb. (2 bollar) magurt svínakjöt
- ⅓ lb. (⅔ bolli) fersk, möluð svínafita
- 2 tsk salt
- ⅛ tsk pipar
- Stór klípa allrahanda
- ⅛ tsk mulið lárviðarlauf
- Lítill maukaður hvítlauksgeiri
- Valfrjálst: ¼ bolli koníak eða armagnac og/eða 1 lítil söxuð truffla og safi úr dós

LOKAPING
- 2 bollar þurrt hvítt brauðrasp
- ½ bolli hakkað steinselja
- 8-lítrar eldfastur pottur eða bökunarréttur 5 til 6 tommur á hæð
- 3 msk svínasteikt fita eða brætt smjör

LEIÐBEININGAR:

a) Slepptu baunum í sjóðandi vatnið. Látið suðuna koma upp aftur og sjóðið í 2 mínútur. Takið af hitanum og látið baunirnar liggja í bleyti í 1 klst. Á meðan er svínabörkur settur í pott með 1 lítra af vatni, látið suðuna koma upp og sjóða í 1 mínútu. Tæmið, skolið í köldu vatni og endurtakið ferlið. Skerið síðan börkinn í ræmur ¼ tommu breiðar með klippum; skera ræmur í litla þríhyrninga. Setjið aftur í pott, bætið við 1 lítra af vatni og látið malla mjög hægt í 30 mínútur; setjið pottinn til hliðar.

b) Um leið og baunir hafa legið í bleyti í 1 klukkustund, bætið þá svínasaltinu, lauknum, kryddjurtapakkanum og svínaberkninum með eldunarvökvanum út í ketilinn. Látið suðuna koma upp, fletjið hrúgu af og látið malla hægt, án loks, í um það bil 1½ klukkustund eða þar til baunir eru aðeins mjúkar. Bætið við sjóðandi vatni, ef nauðsyn krefur meðan á eldun stendur, til að halda baunum huldar. Kryddið eftir smekk með salti undir lok eldunar. Látið baunir liggja í eldunarvökva þar til þær eru tilbúnar til notkunar.

c) Steikið svínakjötið að innri hitastigi 175 gráður. Settu til hliðar, geymdu matreiðslusafa.

d) Skerið lambakjötið í 2 tommu bita, þurrkið vel og brúnið nokkra bita í einu í mjög heitri matarolíu í eldfastri pottinum eða stórri pönnu. Fjarlægðu kjötið í meðlæti, brúnaðu beinin, fjarlægðu þau og brúnaðu laukinn létt. Tæmdu brúnunarfituna af, skilaðu kjöti og beinum aftur og hrærðu hvítlauk, tómatmauki, timjani, lárviðarlaufum, víni og sauðbollu saman við. Látið suðuna koma upp, kryddið létt, setjið lok á og látið malla rólega í $1\frac{1}{2}$ klukkustund. Fargið beinum og lárviðarlaufum, fletjið fituna af og kryddið matreiðslusafann eftir smekk með salti og pipar.

e) Þeytið öll hráefnin saman; mótið í kökur sem eru 2 tommur í þvermál og $\frac{1}{2}$ tommu þykkar. Brúnið létt á pönnu og hellið af á pappírshandklæði.

f) Tæmið baunirnar, fargið kryddjurtapakkanum og skerið saltsvínakjötið í $\frac{1}{4}$ tommu skammta sneiðar. Skerið steikt svínakjötið í $1\frac{1}{2}$ til 2 tommu skammtabita. Raðið lagi af baunum í botninn á pottinum eða bökunarforminu. Leggið lag af lambakjöti, svínakjöti, saltsvínakjöti og pylsuköku yfir. Endurtaktu með lögum af baunum og kjöti og endaði með lagi af pylsukökum.

g) Hellið lambakjötssafanum, svínaristuðu safanum og nægum baunaeldunarvökva út í til að ná varla yfir efsta baunalagið. Blandið brauðmylsnu og steinselju saman við, dreifið yfir baunirnar og pylsukökurnar og dreypið fitunni eða smjörinu yfir. Setjið til hliðar eða geymið í kæli þar til tilbúið er til loka eldunar.

BAKA

h) Hitið ofninn í 400 gráður.
i) Látið pottinn sjóða ofan á eldavélinni og setjið síðan í efri þriðjung forhitaðs ofnsins. Þegar toppurinn hefur skorpað létt, eftir um það bil 20 mínútur, skaltu lækka ofninn í 350 gráður. Brjótið skorpuna í baunirnar með bakinu á skeið og stráið með vökvanum í pottinum.
j) Endurtaktu nokkrum sinnum þar sem skorpan myndast aftur, en láttu lokaskorpuna vera ósnortna til framreiðslu. Ef vökvinn verður of þykkur skaltu bæta við nokkrum skeiðum af baunasafa. Cassoulet ætti að bakast í um klukkustund.

46. Coulibiac De Saumon En Croûte

Hráefni:

BAKADEIGIÐ

- 4 bollar alhliða hveiti (sigtað beint í hvern bolla og jafnað af með flötum hníf)
- Stór blöndunarskál
- 1¾ prik (7 aura) kælt smjör
- 4 msk kælt grænmetisstytt
- 2 tsk salt leyst upp í ¾ bolli köldu vatni
- 1 eða meira af köldu vatni, eftir þörfum
- 2 msk mjúkt smjör (til að hlífa)

HRÍSIN

- 2 msk hakkaður laukur
- 2 msk smjör
- Þungur 2-lítra pottur
- 1½ bolli þurr, hrá, venjuleg hrísgrjón
- 3 bollar fisk- eða kjúklingabaunir
- Salt og pipar

EPPURHÁLÍÐI (FLOKKERT SMÖRKBÆK, EÐA FLJÓÐBÆK)

- 2 msk mjúkt smjör

LAXINN OG SVEPPINN

- 2 bollar fínt skornir sveppir, áður steiktir í smjöri
- ½ bolli fínt saxaður skalottlaukur eða laukur
- 2 msk smjör
- ½ bolli þurrt hvítt vermút
- ¼ bolli koníak
- 2½ bollar roð- og beinlaus lax, niðursoðinn eða áður soðinn
- ½ bolli söxuð fersk steinselja
- 1 tsk oregano eða estragon
- Salt og pipar

AÐ FYLLA OG SKEYTA MÚKIÐ

- 2 bollar vel bragðbætt rjómasósa, með laxasafa, ef einhver er
- Eggjagljái (1 egg þeytt með 1 tsk vatni)

LEIÐBEININGAR:

a) Setjið hveiti í hrærivélarskál og vinnið kælt smjör og styttingu í það með sætabrauðsblöndunartæki eða fingurgómunum þar til blandan líkist grófu maísmjöli. Blandið fljótt vatninu út í með bolluðum fingrum, þrýstið deiginu saman, bætið við meira vatni í dropatali ef þarf, til að gera teygjanlegt en ekki rakt og klístrað deig.
b) Safnaðu því saman í kúlu, settu á borð og ýttu fljótt tveimur skeiðar af honum út og frá þér með hælnum á hendinni í 6 tommu strok. Þetta er endanleg blöndun fitu og hveiti. Þrýstið í kúlu, pakkið inn í vaxpappír og kælið í 2 klukkustundir eða þar til það er stíft.

NEÐRA HÚS

c) Hitið ofninn í 425 gráður.
d) Veltið tveimur þriðju af deiginu í rétthyrning sem er $\frac{1}{8}$ tommu þykkur og nógu stór til að passa utan á botn brauðforms sem er 13 til 14 tommur á lengd og 3 tommur á breidd. Smjörið utan á pönnuna, snúið því á hvolf og setjið deigið yfir það, látið deigið koma niður á 2 tommu dýpi. Skerið deigið jafnt í kring og stingið í allt með tönnum úr gaffli. Bakið í 6 til 8 mínútur í forhituðum ofni, þar til deigið hefur rétt stífnað og byrjar að litast. Fjarlægðu og taktu af á grind.
e) Rúllið afgangnum af deiginu í ferhyrning, dreifið neðri helmingnum með 1 matskeið af mjúku smjöri og brjótið yfir helminginn til að hylja botninn. Endurtaktu með annarri matskeið af smjöri. Vefjið inn í vaxpappír og kælið.

f) Steikið laukinn í smjöri í pottinum í 5 mínútur án þess að láta hann brúnast. Hrærið hrísgrjónunum út í, eldið rólega í nokkrar mínútur þar til kornin verða mjólkurkennd, hrærið síðan suðunum út í. Látið suðuna koma upp, hrærið einu sinni, setjið lok á pönnuna og látið malla við hæfilega hratt án þess að hræra í um það bil 18 mínútur, þar til hrísgrjón hafa dregið í sig vökva. Þeytið létt með gaffli og kryddið með salti og pipar. (Má gera fyrirfram.)
g) Sjóðið skalottlaukana eða rauðlaukinn hægt í smjörinu í 2 mínútur; hrærið sveppunum, vermútinu og koníakinu saman við og sjóðið í nokkrar mínútur til að gufa upp áfengið. Hrærið síðan laxi, steinselju og estragon saman við og hitið í nokkrar mínútur til að blanda saman bragði. Kryddið eftir smekk með salti og pipar. (Má gera fyrirfram.)
h) Hitið ofninn í 425 gráður.
i) Setjið sætabrauðið á létt smurða bökunarplötu. Raðið lagi af hrísgrjónum í botninn á hulstrinu, setjið lag af sveppum og laxi yfir, síðan með lagi af sósu. Endurtaktu með lögum af hrísgrjónum, laxi og sósu, fylltu fyllinguna þína í hvelfingu ef hún flæðir yfir hulstrið.
j) Rúllaðu deiginu sem er frátekið fyrir topphlífina þína í rétthyrning sem er $1\frac{1}{2}$ tommur lengri og breiðari á hvorri hlið en sætabrauðshólfið þitt. Málaðu hliðar málningarinnar með þeyttu eggi, leggðu á deighlífina og þrýstu þétt að því til að loka vel. Fletjið út afgang af deigi; skera í fín form. Málaðu hlífina með egggljáa, festu skreytingar og málaðu með eggi.
k) Dragðu tindurnar af gaffli yfir eggjagljáann til að gera krossmarkanir. Stingdu 2 8-tommu göt í deighlífina og settu pappírs- eða filmutrektur; þetta mun leyfa gufu að

flýja. (Ef þú vilt fylla og skreyta hólfið fyrirfram skaltu sleppa eggjagljáa, nota það aðeins til að festa skreytingar á. Geymið í kæli þar til bökunartíminn er bökunartími, gljáðu síðan með eggi.)

l) Bakið í miðstigi forhitaðs ofns í 45 til 60 mínútur (lengur ef skápurinn hefur verið kældur) þar til sætabrauðið er fallega brúnt og þú heyrir freyðandi hljóð koma upp í gegnum trekt.

ÞJÓNUSTA

m) Þú vilt líklega sósu með þessu; það þarf smá raka þegar þú borðar það – bráðið smjör, sítrónusmjör, létt rjómasósa með sítrónubragði, spotta hollandaise. Smurðar baunir passa vel með, eða grænt eða blandað grænmetissalat.

n) Berið fram hvítt Burgundy eða Traminer vín.

47. Veau Sylvie

Hráefni:
KÁLFAKJÖTT SKAÐA OG MARINARIÐ
- $3\frac{1}{2}$ punda beinlaus kálfasteik

MARINADE hráefni
- ⅓ bolli koníak
- ⅓ bolli þurr Sercial Madeira
- ½ bolli af hverri sneiðum gulrótum og lauk
- Stór jurtavöndur: 4 steinseljukvistar, 1 lárviðarlauf, ½ tsk timjan og 4 piparkorn bundin í þvegið ostaklút

FYLDA KÁLFAKJÖTT
- 6 eða fleiri sneiðar af soðnu skinku 1/16 tommu þykkt
- 12 eða fleiri sneiðar af svissneskum osti 1/16 tommu þykkt
- Ef þú getur fundið það eða pantað það: A stykki af caul fitu (svín's caul)
- Þungur hvítur strengur

BRÚNAÐI STEIKIÐ
- 3 msk smjör
- 1 msk matarolía
- Yfirbyggð pottréttur eða steikur sem er nógu stór til að geyma kjötið

KALVAKJÖTTIN STEIKIN
- ½ tsk salt
- ⅛ tsk pipar
- 2 ræmur feitt beikon látið malla í 10 mínútur í 1 lítra af vatni, skolað og þurrkað (eða ræma af suet)
- A álpappírsstykki

SÓSA OG FRÆÐINGUR
- Heitur framreiðsludiskur
- 1 bolli nautakraftur eða baunir
- 1 msk maíssterkju blandað í litla skál með 2 msk Madeira eða soði

- 2 msk mjúkt smjör

LEIÐBEININGAR:

a) Gerðu röð af djúpum, samhliða skurðum í steikinni, um það bil 1 tommu á milli, byrjaðu efst á steikinni og farðu með korninu lengd kjötsins frá einum enda til annars, og í innan við $\frac{1}{2}$ tommu frá botninum af steikinni. Þú verður því með 3 eða 4 þykkar kjötsneiðar sem eru lausar að ofan og á hliðum, en allar festar saman neðst.

b) Ef kjötið þitt inniheldur marga vöðvaskilnað mun það líta mjög sóðalegt út, en verður bundið aftur síðar. Ef þú vilt marinera kjötið skaltu blanda innihaldsefnunum fyrir marineringuna í stóra skál, bæta við kjötinu og hræra með vökvanum. Snúðu og þeyttu á klukkutíma fresti eða svo í 6 klukkustundir að minnsta kosti, eða yfir nótt, í kæli. Tæmið kjötið og þurrkið það vel áður en haldið er áfram í næsta skref.

c) Settu steikina þannig að botninn hvíli á skurðbrettinu þínu. Hyljið hvert kjötblað alveg með skinkulagi á milli tveggja laga af osti, lokaðu síðan kjötlaufunum saman til að endurbæta steikina. (Ef þú ert með kálfitu skaltu vefja steikinni inn í hana; hún heldur fyllingunni á sínum stað og bráðnar meðan á eldun stendur.) Bindið lykkjur af bandi utan um kjötið til að halda því í formi. Þurrkaðu steikina aftur í pappírsþurrku svo hún brúnist fallega.

d) Hitið ofninn í 450 gráður.

e) Sigtið marineringuna til að skilja grænmeti frá vökva (eða notaðu ferskt grænmeti). Hitið smjör og olíu í steikinni og eldið marineringargrænmetið rólega í 5 mínútur. Ýttu þeim að hliðunum á pönnunni, hækkið hitann í hæfilega háan, setjið kálfakjötið út í með óskorna hliðina niður og látið botninn brúnast í 5 mínútur. Þeytið með fitunni á pönnunni og setjið síðan pottinn ólokið í efri þriðjung forhitaðs ofnsins til að brúna toppinn og hliðarnar á kjötinu í um það bil 15 mínútur. Þeytið á 4 eða 5 mínútna fresti með smjöri í potti. (Ef þú hefur notað caul fitu, geturðu einfaldlega brúnað steikina á pönnu, ef þú vilt, haltu síðan áfram í næsta skref og slepptu blanched beikoninu.)

f) Lækkið ofninn í 325 gráður. Hellið marineringavökvanum út í, ef þið hafið notað hann, og kryddið kjötið með salti og pipar. Setjið beikonið eða suetið yfir kjötið og álpappírinn. Lokið pottinum og setjið í neðri þriðjung ofnsins. Stilltu hita þannig að kjötið eldist hægt og rólega í um það bil $1\frac{1}{2}$ klukkustund. Kjötið er tilbúið þegar safinn er glærgulur ef hann er stunginn djúpt með gaffli.

g) Fjarlægðu kjötið á diskinn, fargaðu bandi og beikoni eða suet.

h) Fjarlægðu fituna af safa í pottinum, helltu soðinu eða sléttunni út í og láttu malla, slepptu fitunni, í eina eða tvær mínútur. Hækkið hitann og sjóðið hratt, smakkið til, þar til bragðið hefur safnast saman. Takið af hitanum, blandið maíssterkjublöndunni út í, sjóðið síðan, hrærið, í 2 mínútur. Leiðréttið kryddið vandlega.

i) Takið af hitanum og hrærið í auðgunarsmjöri þar til það hefur tekið í sig. Sigtið í heita sósuskál og hellið aðeins yfir kjötið.

48. Filets De Sole Sylvestre

Hráefni:
BRUNOIS AROMATIC GRÆNTÆMI
- Eftirfarandi skorið í 1/16 tommu teninga, sem gerir 1¾ bolla í allt: 2 meðalstórir laukar, 2 meðalstórar gulrætur, 1 meðalstöng sellerístilkur, 8 steinseljustilkar
- Lítill, þungur þakinn pottur
- 2 msk smjör
- ½ lárviðarlauf
- ¼ tsk estragon
- ⅛ tsk salt
- Klípa af pipar
- ¼ lb. ferskir sveppir skornir í 1/16 tommu teninga

AÐ elda fiskinn
- 8 flök af sóla, flundru eða hvíta sem eru 9 x 2 tommur (2 á mann)
- 1 bolli þurrt hvítt franskt vermút
- Salt og pipar
- 10 til 12 tommu bökunarréttur, 1½ til 2 tommur djúpur, smurður
- ¼ til ½ bolli kalt vatn

SÓSA OG FRÆÐINGUR
2 pottar úr ryðfríu stáli eða emaljeðir
1 msk smjör
1 msk hveiti
1 msk tómatmauk eða mauk
4 eða fleiri msk mjúkt smjör

LEIÐBEININGAR:
a) Eftir að hafa skorið fyrsta hópinn af grænmeti í fínasta mögulega teninga skaltu elda það við vægan hita með smjöri, kryddjurtum og kryddi í um það bil 20 mínútur. Þeir ættu að vera fullkomlega mjúkir og fölasta gullna

liturinn. Bætið svo sveppunum út í og eldið rólega í 10 mínútur í viðbót.
b) Hitið ofninn í 350 gráður.
c) Skerið fiskinn létt á hliðina sem var næst roðinu; þetta er frekar mjólkurkennd hliðin og með því að draga hníf yfir hana skera yfirborðshimnuna og kemur þannig í veg fyrir að flakið krullist þegar það er eldað. Saltið og piprið flökin létt, setjið skeið af soðnu grænmeti yfir hálfa rifa hliðina og brjótið í tvennt, fleyglaga. Raðið fiskinum í eitt lag í eldfast mót.
d) Hellið vermútnum yfir og bætið við nógu köldu vatni næstum því að það hylji fiskinn. (Ef þú ert með fiskgrindina [beinbygging] skaltu leggja hana yfir fiskinn.)
e) Hyljið með vaxpappír. Ef bökunarrétturinn þinn er eldfastur skaltu varla sjóða ofan á eldavélinni og setja síðan í neðri þriðjung af forhituðum ofni í um það bil 8 mínútur. Annars er rétturinn settur beint inn í ofn í um 12 mínútur. Fiskurinn er tilbúinn þegar gaffall stingur auðveldlega í holdið og holdið flagnar varla. Ekki ofelda. Haldið heitu í slökktum ofni, með hurð á glötum, á meðan sósan er búin til.
f) Hellið öllum eldunarvökvanum í einn af pottunum og látið sjóða hratt þar til vökvinn hefur minnkað í um það bil ⅔ bolla. Bræðið smjör í hinum pottinum, blandið hveiti út í og eldið rólega án þess að litast í 2 mínútur. Takið af hitanum og þeytið minnkaðan eldunarvökva kröftuglega út í, síðan tómatabragðefnið.
g) Rétt áður en borið er fram, takið þá af hitanum og þeytið mjúka smjörið út í, ½ matskeið í einu. (Ekki er hægt að hita sósu aftur þegar smjör hefur farið í.)

h) Tæmið fiskinn aftur og bætið vökva út í sósuna. Hellið sósu yfir fiskinn og berið fram strax.

49. Riz Etuvé au Beurre

Hráefni:
- 1½ bolli hrein, óþvegin, hrá hrísgrjón
- Stór ketill sem inniheldur 7 til 8 lítra af hratt sjóðandi vatni
- 1½ tsk salt á lítra af vatni
- 2 til 3 msk smjör
- Salt og pipar
- Þungur 3-litra pottur eða pottur
- Hringur af smurðum vaxpappír

LEIÐBEININGAR:
a) Stráið hrísgrjónunum smám saman út í sjóðandi saltvatnið og bætið nógu rólega við svo vatn fari ekki niður fyrir suðu. Hrærið einu sinni, til að vera viss um að ekkert af kornunum festist við botninn á katlinum.
b) Sjóðið óhult og mátulega hratt í 10 til 12 mínútur. Byrjaðu að prófa eftir 10 mínútur með því að bíta í röð hrísgrjónakorna. Þegar korn er bara nógu mjúkt til að hafa enga hörku í miðjunni, en er ekki enn fullsoðið, tæmdu hrísgrjónin í sigti. Fluttu því upp undir heitu rennandi vatni í eina eða tvær mínútur til að skola af öllum leifum af hrísgrjónamjöli. (Það er þetta, auk ofeldunar, sem gerir hrísgrjón klístruð.)
c) Bræðið smjörið í pottinum eða pottinum og hrærið salti og pipar út í. Um leið og hrísgrjón hafa verið þvegin skaltu snúa þeim á pönnuna, fleyta með gaffli til að blanda saman við smjörið og kryddið.
d) Hyljið með smurðum vaxpappír og setjið síðan lokið á. Gufu yfir sjóðandi vatni eða, enn í vatni, í 325 gráðu ofni í 20 til 30 mínútur, þar til korn hafa bólgnað og hrísgrjón eru mjúk. Ef ekki á að bera fram strax, takið þá af hitanum og setjið til hliðar aðeins þakið vaxpappírnum.

e) Til að hita aftur skaltu setja lokið yfir og setja yfir sjóðandi vatn í 10 mínútur eða svo. Hellið meira salti og pipar út í eftir smekk rétt áður en það er borið fram.

50. Risotto a La Piémontaise

Hráefni:

2 msk smjör
Þungbotna 2-lítra pottur
1¼ bolli óþvegin hrá hvít hrísgrjón
¼ bolli þurrt hvítt vermút
2½ bollar kjúklingakraftur eða baunir
Salt og pipar

LEIÐBEININGAR:

Bræðið smjörið við vægan hita. Bætið hrísgrjónunum út í og hrærið rólega með trégaffli þar til kornin verða hálfgagnsær, síðan smám saman mjólkurhvít - um það bil 2 mínútur.

Bætið vermútnum út í og látið draga í sig og hrærið síðan þriðjungi af kjúklingakraftinum eða suðinu saman við. Lækkið hitann og látið hrísgrjónin malla við lægsta krauma í 3 til 4 mínútur, hrærið af og til. (Byrjaðu á kálfakjöti á þessum tímapunkti og haltu áfram aðgerðunum tveimur samtímis.)

Þegar vökvi hefur frásogast skaltu hræra helmingnum af soðinu út í og halda áfram að elda rólega, hræra af og til með trégafflinum og þegar vökvinn hefur sogast í sig aftur bætið við síðasta soðinu.

Þegar þetta er loksins frásogast skaltu smakka hrísgrjónin. Ef það er ekki eins mjúkt og þú vilt skaltu bæta við aðeins meira soði eða vatni og setja lok á pönnuna í nokkrar mínútur. Hrísgrjón ættu að taka 15 til 18 mínútur alls eldunartíma. Kryddið eftir smekk með salti og pipar. (Ef gert á undan, hyljið og hitið aftur yfir heitu vatni.)

51. Sauté De Veau (Ou De Porc) Aux Champignons

Hráefni:
- 1½ til 2 pund. kálfa- eða svínalund skorin í 3/4 tommu sneiðar
- Þung 10 tommu pönnu
- 2 msk smjör
- 1 msk matarolía
- 8 til 10 aura dós af sveppastönglum og bitum
- ½ tsk estragon, timjan eða blandaðar kryddjurtir
- ¼ tsk salt; klípa af pipar
- Valfrjálst: lítill geiri af maukuðum hvítlauk
- 2 eða 3 msk smátt saxaður laukur
- ¼ bolli Sercial Madeira eða þurr hvítur franskur vermútur

LEIÐBEININGAR:
Þurrkaðu kálfakjötið eða svínakjötið á pappírshandklæði. Hitið olíu og smjör á pönnu. Þegar smjörfroðan hefur nánast lægt er kjötinu bætt út í og steikt við háan hita, hrært oft þar til það hefur brúnast létt á öllum hliðum. Lækkið hitann og haltu áfram að elda, hrærðu af og til þar til kjötið hefur stífnað þegar þrýst er á með fingri. (Heildareldunartími er 7 til 10 mínútur; á þessu tímabili muntu hafa tíma til að huga að hrísgrjónum, saxa lauk og steinselju og setja saman súpuna.) Tæmið sveppina og bætið við kjötið. Stráið kryddjurtunum yfir, salti og pipar; bæta við valfrjálsum hvítlauk og lauk; hrærðu í augnablik, helltu síðan sveppasafanum og víninu út í. Sjóðið niður til að minnka um helming. Setjið til hliðar ef þið eruð ekki tilbúin til að bera fram og hitið aftur þegar þarf.

52. Bouillabaisse a La Marseillaise / Miðjarðarhafsfiskkæfa

Hráefni:
SÚPUBASINN
- 1 bolli sneiddur gulur laukur
- ¾ til 1 bolli niðurskorinn blaðlaukur, aðeins hvítur hluti; eða ½ bolli meira af lauk
- ½ bolli ólífuolía
- Þungur 8-lítra ketill eða pottur
- 2 til 3 bollar saxaðir ferskir tómatar, eða 1¼ bollar tæmdir niðursoðnir tómatar, eða ¼ bolli tómatmauk
- 4 geirar maukaðir hvítlaukur
- 2½ lítra vatn
- 6 steinseljugreinar
- 1 lárviðarlauf
- ½ tsk timjan eða basil
- ⅛ tsk fennel
- 2 stórar klípur af saffran
- 2 tommu stykki eða ½ tsk þurrkaður appelsínuberki
- ⅛ tsk pipar
- 1 msk salt (ekkert ef þú notar samlokusafa)
- 3 til 4 pund. fiskhausa, bein og meðlæti, þar með talið skelfiskleifar; eða 1 lítra samlokusafa og 1½ lítra af vatni og ekkert salt

ELDA BOUILLABAISSE
- Súpubotninn
- 6 til 8 pund. úrvals magur fiskur og skelfiskur ef þú vilt, valinn og útbúinn samkvæmt leiðbeiningum í upphafi uppskriftar

ÞJÓNUSTA
- Hitaplata
- Súputerúr eða súpupott
- Umferðir af ristuðu frönsku brauði
- ⅓ bolli grófsöxuð fersk steinselja

LEIÐBEININGAR:

a) Steikið laukinn og blaðlaukinn hægt í ólífuolíu í 5 mínútur án þess að brúnast. Hrærið tómötunum og hvítlauknum saman við og eldið í 5 mínútur í viðbót.
b) Bætið vatni, kryddjurtum, kryddi og fiski eða samlokusafa í ketilinn. Látið suðuna koma upp, skyrið og eldið, án loks, við hæga suðu í 30 til 40 mínútur. Sigtið, réttið kryddið. Setjið til hliðar, afhjúpað, þar til það er kólnað ef þú ert ekki að klára bouillabaisse strax, geymið síðan í kæli.
c) Láttu súpubotninn sjóða hratt í katlinum um 20 mínútum áður en hann er borinn fram. Bætið við humri, krabba og fiski með sterkan hold. Látið suðuna koma upp aftur og sjóðið hratt, án loks, í 5 mínútur. Bætið síðan mjúkum fiskinum saman við og samlokunni, kræklingnum og hörpuskelinni. Látið suðuna koma aftur upp í 5 mínútur. Ekki ofelda.
d) Takið fiskinn strax upp og raðið á fatið. Smakkið varlega til súpuna til að krydda, setjið 6 til 8 brauðsneiðar í ternuna og hellið súpunni út í. Setjið sleif af súpu yfir fiskinn og stráið steinselju yfir bæði fiskinn og súpuna. Berið fram strax.
e) Við borðið er hver gestur borinn fram eða færir sér bæði fisk og súpu og setur í stóran súpudisk. Borðaðu bouillabaisse með stórri súpuskeið og gaffli, hjálpað til við að bæta frönsku brauði. Ef þú vilt bera fram vín geturðu valið um rósa, sterkt þurrt hvítvín eins og Côtes du Rhône eða Riesling, eða ljós, ungt rautt eins og Beaujolais eða innlent Mountain Red.

53. Salpicón De Volaille

Hráefni:
- 3 msk smjör
- Stór pönnu eða pottur
- 3 til 4 msk saxaður skalottlaukur eða rauðlaukur
- 3 til 4 bollar kjúklinga- eða kalkúnakjöt skorið í $\frac{3}{8}$ tommu teninga
- Um það bil 2 bollar skorin soðin skinka eða tunga
- Salt og pipar
- $\frac{1}{2}$ tsk estragon eða oregano
- $\frac{1}{2}$ bolli þurrt hvítt vermút
- Valfrjáls viðbót: bolli eða svo af soðnum sveppum, gúrkum, grænum paprikum, ertum, aspas eða spergilkáli; 1 eða 2 harðsoðin egg í teningum
- 2 til 3 bollar þykk velouté sósa (sjá athugasemd hér að neðan)

LEIÐBEININGAR:
Bræðið smjörið í pottinum eða pönnu, hrærið skalottlauknum eða lauknum saman við og eldið rólega í 1 mínútu. Hrærið kjúklingnum eða kalkúnnum, skinku eða tungu saman við, kryddið með salti, pipar og kryddjurtum. Hækkið hitann og blandið saman í 2 mínútur til að hita kjötið með kryddinu. Hellið víninu út í; sjóða hratt niður þar til vökvinn hefur nánast gufað upp. Brjóttu inn valfrjálsri viðbót og nægilega velouté sósu til að húða allt hráefni. Smakkaðu vandlega til að krydda. Ef það á ekki að nota strax, filmu toppinn með rjóma eða bræddu smjöri og hitið aftur þegar þarf.

54. Poulet Grillé Au Naturel / Plain Broiled Chicken

Hráefni:
A 2½-lb. steikjandi kjúklingur
2 msk smjör
1 msk matarolía
Grunn steikjandi pönnu eða bökunarrétt
Salt
2 msk saxaður skalottlaukur eða laukur
½ bolli nauta- eða kjúklingabaunir

LEIÐBEININGAR:
Þurrkaðu kjúklinginn vandlega með pappírshandklæði. Bræðið smjörið með matarolíunni, penslið kjúklinginn yfir allt og raðið skinnhliðinni niður í steikjandi pönnu eða bökunarrétt. Setjið kjúklinginn þannig að yfirborð kjötsins sé 5 til 6 tommur frá heitu kálinu; kjúklingur ætti að elda hægt og ekki byrja að brúnast í 5 mínútur. Eftir 5 mínútur, penslaðu kjúklinginn með smjöri og olíu; það ætti bara að vera farið að brúnast. Stilltu hita í samræmi við það. Þeytið aftur með smjöri og olíu á 5 mínútum og að loknum 15 mínútum er loksins þeyttur, salti stráð yfir og kjúklingur með skinnhliðinni snúið upp. Haltu áfram að steikja, steiktu á fimm mínútna fresti (notaðu fitu og safa á pönnu) í 15 mínútur í viðbót eða þar til bollurnar eru mjúkar þegar þær eru pressaðar og safinn verður glærgulur þegar holdugur hluti dökks kjöts er stunginn djúpt.
Fjarlægðu kjúklinginn á heitan disk, hreinsaðu allt nema 2 matskeiðar af bastfitu af pönnunni og hrærðu skalottlaukum eða laufalaukum saman við. Eldið á eldavélinni, hrærið í, í smástund og bætið síðan við suðubollum. Sjóðið hratt og skafið storknuðum matreiðslusafa í skál þar til vökvinn hefur minnkað í síróp. Hellið yfir kjúklinginn og berið fram. (Til að bera fram skaltu skera í tvennt eftir endilöngu í gegnum

bringubeinið, lyfta síðan hverjum fótlegg og draga brjóstið af.)

55. Poulet Grillé a La Diable

Hráefni:

A 2½-lb. steikjandi kjúklingur
2 msk smjör
1 msk matarolía
3 msk Dijon-gerð (sterkt) tilbúið sinnep
1½ msk saxaður skalottlaukur eða laukur
¼ tsk timjan, basil eða estragon
3 dropar Tabasco sósa
1 bolli ferskt hvítt brauðmola (úr heimabökuðu brauði)

LEIÐBEININGAR:

Steikið kjúklinginn eins og lýst er í fyrri uppskrift, en eldið hann aðeins í 10 mínútur á hvorri hlið. Þeytið sinnepið, skalottlaukana eða rauðlaukinn, kryddjurtirnar og Tabasco í lítilli skál; síðan, dropa fyrir dropa, þeytið helminginn af bastingfitunni og safa úr steikarpönnunni út í til að búa til majóneslíka sósu. Geymið afganginn af fitunni og safanum til síðari tíma.

Dreifið undirhliðinni (ekki roðhliðinni) á kjúklingnum með helmingi sinnepsblöndunnar og hyljið með brauðrasp. Setjið kjúklinginn með skinnhliðinni niður á grind í steikjandi pönnu og stráið með helmingnum af steikjandi safa. Setjið kjúklinginn aftur í heitan grillið í 5 til 6 mínútur, þar til molarnir hafa brúnast fallega. Snúðu kjúklingi með skinnhliðinni upp, dreifðu með restinni af sinnepi, hyldu með mola og hrærðu með síðasta steikjandi safanum. Farðu aftur í broiler í 5 til 6 mínútur í viðbót, eða þar til kjúklingurinn er tilbúinn.

56. Pois Frais En Braisage / Peas Braised with Salat

Hráefni:

2 pund. ferskar baunir (um það bil 3 bollar, afhýddar)
1 meðalstórt Boston salat, þvegið og rifið í sundur
½ tsk salt
1 til 2 msk sykur (fer eftir sætleika baunanna)
4 msk saxaður laukur
4 msk mjúkt smjör
Þungbotna pottur

LEIÐBEININGAR:

Setjið baunir og restina af hráefninu í pott og kreistið þær allar gróflega saman með höndunum til að mar baunirnar örlítið. Bætið við köldu vatni þannig að baunir nái varla yfir. Setjið á hóflega háan hita, hyljið pönnuna vel og sjóðið í 20 til 30 mínútur; eftir um 20 mínútur skaltu prófa eymsli ertur með því að borða eina. Haltu áfram að sjóða þar til baunir eru mjúkar og vökvi hefur gufað upp; bætið 2 til 3 matskeiðum af vatni í viðbót ef þarf. Réttið kryddið og berið fram. (Ef það er ekki borið fram strax, setjið til hliðar ólokið. Hitið aftur með 2 msk vatni, setjið lok á og látið sjóða í augnablik eða tvö, hrærið oft þar til baunir eru heitar í gegn.)

57. Potage Crème De Cresson / Cream of Watercress Soup

Hráefni:

AÐ LAÐA VATNARKRISINN
- ½ bolli hakkaður laukur
- 3 msk smjör
- 3 lítra þakinn pottur
- 3 til 4 pakkaðir bollar fersk vatnskarsa lauf og mjúkir stilkar, þvegnir og þurrkaðir í handklæði
- ½ tsk salt

Sjóðandi
- 3 msk hveiti
- 5½ bollar sjóðandi kjúklingakraftur

LOKAFRÆGING
- 2 eggjarauður blandaðar í blöndunarskál með ½ bolli þungum rjóma
- 1 til 2 msk mjúkt smjör

LEIÐBEININGAR:
a) Steikið laukinn rólega í smjörinu í pottinum í um það bil 10 mínútur. Þegar það er mjúkt og hálfgagnsær, hrærið karsinu og salti saman við, setjið lok á og eldið rólega í 5 mínútur eða þar til hún er orðin vel visnuð.
b) Stráið hveitinu út í karsblönduna og hrærið við meðalhita í 3 mínútur. Takið af hitanum, blandið heitu soðinu saman við og látið malla í 5 mínútur. Maukið í gegnum matarmylla, setjið aftur í pottinn og leiðréttið kryddið. Setjið til hliðar þar til skömmu áður en það er borið fram og hitið aftur að suðu.
c) Þeytið bolla af heitri súpu með dreypi út í eggjarauðurnar og rjómann, þeytið restina af súpunni smám saman út í í þunnum straumi. Setjið súpuna aftur í pottinn og hrærið við vægan hita í augnablik eða tvö til að steikja

eggjarauðurnar, en látið malla ekki. Takið af hitanum og hrærið auðgunarsmjörinu út í matskeið í einu.

d) Til að bera fram kalt skaltu sleppa endanlegri smjörauðgun og kæla. Ef það er of þykkt skaltu hræra meira rjóma út í áður en það er borið fram.

58. Navarin Printanier / Lambapottréttur með gulrótum

Hráefni:
- Brjóst, fyrir fitu og áferð
- Öxl, fyrir magra, solid stykki
- Stutt rif, fyrir áferð og bragð
- Háls, fyrir áferð og sósusamkvæmni

AÐ BRÚNA LAMBAKIÐ
- 3 pund. Lambakjöt
- 3 til 4 TB matarolía
- 10 til 12 tommu pönnu
- 5 til 6 lítra eldfastur pottur eða hollenskur ofn
- 1 msk kornsykur
- 1 tsk salt
- ¼ tsk pipar
- 3 msk hveiti

BRJÓSTA
- 2 til 3 bollar brúnt lambakjöts- eða nautakraftur eða niðursoðinn nautalund
- 3 meðalstórir tómatar, skrældir, fræhreinsaðir, safiaðir og saxaðir; eða 3 msk tómatmauk
- 2 geirar maukaðir hvítlaukur
- ¼ tsk timjan eða rósmarín
- 1 lárviðarlauf

AÐ BÆTA RÓTGRÆNDINUM við
- 6 til 12 "sjóðandi" kartöflur
- 6 rófur
- 6 gulrætur
- 12 til 18 litlir hvítir laukar um það bil 1 tommu í þvermál

AÐ BÆTA GRÆNA GÆNDINUM VIÐ
- 1 bolli skurnar grænar baunir (um ⅔ lb. án skeljar)
- 1 bolli grænar baunir (um ¼ pund) skornar í ½ tommu bita
- 3 til 4 lítrar af sjóðandi vatni
- 1½ til 2 msk salt

LEIÐBEININGAR:
a) Fjarlægðu alla umframfitu og felldu eða hylja himnuna. Skerið kjötið í 2 tommu teninga sem vega 2 til 2½ aura. Öll bein sem eru eftir í kjötinu munu gefa sósunni aukið bragð; flestar þeirra má fjarlægja áður en þær eru bornar fram.
b) Þurrkaðu lambabitana vel í pappírsþurrku. Hitið olíu á pönnu þar til það er næstum rjúkandi og brúnið lambið á öllum hliðum, nokkra bita í einu. Færðu lambið, eins og það er brúnað, í pottinn eða hollenska ofninn.
c) Stráið sykrinum yfir og hrærið lambakjötinu yfir miðlungs háan hita í 3 til 4 mínútur, þar til sykurinn hefur brúnast og karamellíst – þetta gefur sósunni fínan gulan lit. Kastaðu síðan kjötinu með kryddi og hveiti og eldaðu við vægan hita í 2 til 3 mínútur, hrærðu, til að brúna hveitið.
d) Hitið ofninn í 350 gráður.
e) Hellið fitu úr brúnunarpönnu, hellið 2 bollum af soði eða suðubollum út í og sjóðið, skafið upp storknuðum brúnunarsafa. Hellið í pott yfir lambakjötið og látið malla, hristið pottinn til að blandast saman. Bætið svo tómötunum eða tómatmaukinu, hvítlauknum, kryddjurtunum og nóg af soði eða suðubolli út í næstum til að hylja lambið.
f) Látið malla, setjið lok á pottinn og látið malla rólega ofan á hellu eða í forhituðum ofni í 1 klst. Hellið síðan innihaldinu úr pottinum í sigti sett yfir pönnu.
g) Skolaðu úr pottinum. Fjarlægðu öll laus bein og settu lambakjötið aftur í pottinn. Skerið fitu af sósunni á pönnu, leiðréttið kryddið og hellið sósunni aftur yfir kjötið.

h) Afhýðið kartöflurnar og skerið í sporöskjulaga um það bil 1½ tommu að lengd; setja í kalt vatn. Skrældu og fjórðu gulrætur og rófur; skera í 1½ tommu lengd. Afhýðið laukinn og stingið kross í rótarendana svo þeir eldist jafnt. Þegar lambakjötið er tilbúið, þrýstið grænmetinu í pottinn í kringum og á milli kjötbitanna og hrærið með sósunni.

i) Látið sjóða, lokið og eldið í um klukkustund lengur eða þar til kjöt og grænmeti er meyrt þegar það er stungið í með gaffli. Fjarlægðu fituna, leiðréttu kryddið og bættu við grænu grænmeti, sem hefur verið útbúið á eftirfarandi hátt:

j) Setjið baunirnar og baunirnar í sjóðandi saltvatnið og sjóðið hratt, án loks, í um það bil 5 mínútur, eða þar til grænmetið er næstum meyrt. Tæmdu strax í sigti, láttu síðan köldu vatni renna yfir í 3 mínútur til að hætta að elda og setja lit. Setjið til hliðar þar til það er tilbúið til notkunar. (Hægt er að útbúa plokkfisk á undan að þessum tímapunkti. Leggið kjötið til hliðar, setjið lokið á skjön. Látið malla ofan á eldavélinni áður en haldið er áfram með uppskriftina.)

ÞJÓNUSTA

k) Skömmu áður en borið er fram, setjið baunirnar og baunirnar í pottinn ofan á hitt hráefnið og hrærið með freyðandi sósunni.

l) Lokið og látið malla í um 5 mínútur, þar til grænt grænmeti er mjúkt. Berið soðið fram úr pottinum eða raðið því á heitt fat.

m) Með heitu frönsku brauði og rauðu Beaujolais, Bordeaux eða fjallarauðvíni eða kældu rósavíni.

59. Oie Braisée Aux Pruneaux / Braised Goose with Prune Fylling

Hráefni:

SVÆSKUR- OG LIFRURFYLLING
- 40 til 50 stórar sveskjur
- Gæsalifur, söxuð
- 2 msk smátt saxaður skalottlaukur eða rauðlaukur
- 1 msk smjör
- ⅓ bolli púrtvín
- ½ bolli (4 aura) foie gras eða niðursoðinn lifrarmauk
- Klípið hvert af kryddjurtum og timjan
- Salt og pipar
- 3 til 4 msk þurrir hvítir brauðmolar

ÚRBIÐUR OG BRÚNAR GÆSIN
- A 9-lb. tilbúin gæs
- 1 msk salt
- Steikpönnu

BRJAST GÆS
- Áætlaður eldunartími: 2 klukkustundir og 20 til 30 mínútur.
- Gæsahálsinn, vængjaendarnir, maginn og hjartað
- ½ bolli af hverri sneiðum gulrótum og lauk
- 2 msk gæsafita
- Yfirbyggð rist sem er nógu stór til að halda gæsinni
- ½ bolli hveiti
- 2 bollar rauðvín (eins og Beaujolais, Médoc eða California Mountain Red)
- Salt
- 1 msk salvía
- 2 hvítlauksgeirar
- 4 til 6 bollar nautakraftur eða baunir

LEIÐBEININGAR:

a) Setjið sveskjurnar í sjóðandi vatn og látið liggja í bleyti í 5 mínútur, eða þar til þær eru mjúkar. Fjarlægðu gryfjurnar eins snyrtilega og hægt er. Steikið gæsalifur og skalottlaukur eða lauk í heitu smjöri í 2 mínútur; skafa í blöndunarskál. Sjóðið púrtvín hratt niður á pönnu þar til það er minnkað í 1 matskeið; skafið í blöndunarskálina. Þeytið foie gras eða lifrarmauk, kryddjurt og timjan út í og kryddið eftir smekk. Ef nauðsyn krefur, þeytið brauðmylsnu út í með skeiðum þar til blandan er orðin nógu þétt til að fylla. Brjótið ½ teskeið í hverja sveskju.
b) Klipptu út þráðbein (til að auðvelda útskurð), höggva vængi af við olnboga og draga lausa fitu úr gæsinni. Nuddaðu holuna með salti, dýfðu lauslega með sveskjum og strá. Stungið húðina með ½ tommu millibili um hliðar brjóst, læri og bak. Setjið gæsina á steikjandi pönnu og brúnið undir hæfilega heitum kál, snúið henni oft, í um það bil 15 mínútur, fjarlægið uppsafnaða fitu af pönnunni eftir þörfum.
c) Hitið ofninn í 350 gráður.
d) Saxið innmatinn í 1 tommu bita, þurrkið og brúnið með grænmetinu í heitri gæsfitu í steikinni við miðlungs háan hita.
e) Lækkið hitann, hrærið hveiti út í og eldið, hrærið í, í 3 mínútur til að brúnast létt. Fjarlægðu af hitanum; hrærið víninu saman við. Saltið gæsina og setjið á hliðina í steikinni. Bætið við salvíu, hvítlauk og nægilega miklu nautakrafti eða nautakjöti til að það komi hálfa leið upp gæsina.
f) Látið suðuna koma upp, setjið lok á og setjið í neðri þriðjung forhitaðs ofnsins. Stilltu hita þannig að vökvinn kraumar hægt meðan á eldun stendur; snúðu gæsinni á hina hliðina á 1 klukkustund, aftur eftir 2 klukkustundir.

g) Gæs er tilbúin þegar trommukjöts hreyfast örlítið í tóftum og þegar holdugasta hluti þeirra er stunginn renna safinn fölgulur. Ekki ofelda.

SÓSA OG FRÆÐINGUR

h) Tæmdu gæsina og settu á heitt fat; klippa og henda trussing strengi. Fjarlægðu eins mikla fitu og þú getur af braising sósu; þú munt hafa nokkra bolla, sem þú getur geymt til að steikja kartöflur, kjúkling eða til að basta steikar.

i) Setjið um 4 bolla af sósu í gegnum sigti í pott og fletjið fituna af aftur. Látið suðuna koma upp, látið sjóða og leiðréttið kryddið vandlega. Hellið smá sósu yfir gæsina og hellið restinni í heita sósuskál.

j) Berið fram með steiktum lauk og kastaníuhnetum, eða rósakáli og kartöflumús; Rautt Búrgundarvín.

60. Rognons De Veau En Casserole / Nýru í smjöri

Hráefni:
- 4 msk smjör
- Þung sautépönnu sem er nógu stór til að halda nýrun þægilega í einu lagi
- 3 til 4 kálfanýru eða 8 til 12 lambalýra
- 1 msk saxaður skalottlaukur eða laukur
- ½ bolli þurrt hvítt vermút
- 1 msk sítrónusafi
- 1½ msk tilbúið sinnep af Dijon gerð maukað með 3 msk mjúku smjöri
- Salt og pipar

LEIÐBEININGAR:
Hitið smjörið og þegar froðan er farin að minnka, veltið nýrunum upp úr smjörinu, eldið síðan, án loks, snúið við á tveggja mínútna fresti. Stilltu hita þannig að smjörið sé heitt en brúnist ekki. Smá safi mun streyma út úr nýrum. Nýrun ættu að stífna en ekki verða hörð; þær ættu að brúnast aðeins og ættu að vera bleikar í miðjunni þegar þær eru skornar í sneiðar. Tímasetning: um 10 mínútur fyrir kálfakjötsnýru; 5, fyrir lambalýra. Fjarlægðu nýrun á disk.
Hrærið skalottlauk eða lauk út í smjörið á pönnunni og eldið í 1 mínútu. Bætið við vermút og sítrónusafa. Sjóðið hratt þar til vökvinn hefur minnkað í um það bil 4 matskeiðar. Takið af hitanum og hrærið sinnepssmjörinu saman við og stráð af salti og pipar. Skerið nýrun í þversum sneiðar ⅛ tommu þykkar. Stráið salti og pipar yfir og hvolfið þeim og safanum þeirra á pönnuna.
Rétt áður en það er borið fram skaltu hrista og hella yfir meðalhita í eina eða tvær mínútur til að hitna í gegn án þess að sjóða.

Berið fram á mjög heitum diskum. Ef hann er notaður sem aðalréttur frekar en heitur forréttur, ásamt kartöflum steiktum í smjöri, steiktum lauk og rauðu Búrgundarvíni.

61. Rognons de Veau Flambés / Sautéed Kidneys Flambé

Hráefni:
- Þung sautépönnu sem er nógu stór til að halda nýrum
- 3 til 4 kálfanýru eða 8 til 12 lambalýra
- 4 msk smjör
- ⅓ bolli koníak
- ½ bolli nautakjötsbolli blandað með 1 tsk maíssterkju
- ⅓ bolli Sercial Madeira eða púrtvín
- ½ pund. sneiðar sveppir, áður steiktir í smjöri með 1 msk söxuðum lauk eða skalottlaukum
- 1 bolli þungur rjómi
- Salt og pipar
- ½ msk tilbúið sinnep af Dijon gerð blandað með 2 msk mjúku smjöri og ½ tsk Worcestershire sósu

LEIÐBEININGAR:

Steikið heil nýrun í smjöri eins og í uppskriftinni á undan. Ef þú ert að klára þau við borðið, taktu þá með steiktu nýrun í nötunarréttinn.

Hellið koníakinu yfir nýrun. Hitaðu að freyðandi, forðastu andlitið og kveiktu í vökva með kveiktri eldspýtu. Hristið pönnu og þeytið nýrun með logandi vökva þar til eldurinn dregur úr. Fjarlægðu nýrun á disk eða útskurðarbretti.

Hellið nautakjöti og víni á pönnuna; sjóða í nokkrar mínútur þar til minnkað og þykknað. Bætið sveppunum og rjómanum út í og sjóðið í nokkrar mínútur í viðbót; sósa ætti að vera nógu þykk til að húða skeið létt. Kryddið varlega með salti og pipar. Takið af hitanum og hrærið í sinnepsblöndunni.

Skerið nýrun í þversum sneiðar ⅛ tommu þykkar og kryddið létt með salti og pipar. Settu nýru og safa aftur á pönnuna. Hristið og kastið yfir hita til að hita nýrun í gegn án þess að sjóða. Berið fram á mjög heitum diskum.

62. Carbonnade De Boeuf a La Provençale

Hráefni:
- 3 pund. chuck steik skorin í sneiðar um það bil 3½ x 2 x ⅜ tommur

MARINADE
- ¼ bolli vínedik
- 1 msk ólífuolía
- 2 stór hvítlauksrif, afhýdd og söxuð
- ⅛ tsk pipar
- 2 tsk salt
- ¾ tsk bragðmikið
- ¾ tsk timjan

LAUKURNAR
- Valfrjálst en hefðbundið: 4 aura (um ⅔ bolli) ferskt hliðar svínakjöt, eða feitar og magrar sneiðar úr fersku svínakjöti
- Þung pönnu
- 1 til 3 msk ólífuolía
- 5 til 6 bollar sneiddur laukur

BAKA
- 6-lítra eldheldur pottur
- 7 til 8 bollar sneiðar alhliða kartöflur
- Salt og pipar
- Nautakjötsbollur
- ¼ bolli parmesanostur (fyrir lokaskref)

LEIÐBEININGAR:

a) Blandið marineringunni í gljáðum, gleri eða ryðfríu stáli skál. Snúið kjötinu við og stráið það með vökvanum, setjið lokið yfir og kælið í 6 klukkustundir eða yfir nótt, stráið og snúið kjötinu nokkrum sinnum.

b) Skerið valfrjálsa svínakjötið í 1 tommu bita um ¼ tommu þykkt. Steikið hægt og rólega í matskeið af olíu til að fá fituna og brúnast mjög létt. (Ef svínakjöti er sleppt skaltu hella 3 msk olíu á pönnuna.) Hrærið lauknum saman við, hyljið vel og eldið rólega í um það bil 20 mínútur, hrærið af og til þar til laukurinn er mjúkur og nýbyrjaður að brúnast.

c) Hitið ofninn í 350 gráður.
d) Tæmið kjötið og kryddið með salti og pipar. Skiptu um lög af lauk og kjöti í potti. Hellið hráefninu fyrir marineringuna, raðið síðan lögum af kartöflusneiðum ofan á, kryddið hverja með salti og pipar. Hellið nægilega miklu sauðbollu út í til að hylja kjötið; látið sjóða ofan á eldavélinni.
e) Lokið pottinum og setjið í miðhæð í forhituðum ofni í um það bil 1 klukkustund, eða þar til kjötið er næstum meyrt þegar það er stungið í það með gaffli. Tímasetning fer eftir gæðum kjöts; það eldast um hálftíma í viðbót í lokaskrefinu.
f) Hækkið ofnhitann í 425 gráður. Helltu pottinum og skeiðaðu upp safnaða fitu. Stráið parmesanosti yfir kartöflurnar og stráið með einni eða tveimur skeiðum af eldunarvökvanum. (Ef það er gert á undan þessum tímapunkti skaltu setja til hliðar án loks. Hitið aftur til að malla áður en haldið er áfram.)
g) Setjið ólokið pott í efri þriðjung af 425 gráðu ofni og bakið í um það bil 30 mínútur, til að brúna toppinn af kartöflum og draga úr og þykkna eldunarvökva. Berið fram úr potti.

63. Daube De Boeuf a La Provençale

Hráefni:
- 3 pund. chuck steik skorin í 2½ tommu ferninga 1 tommu þykka

MARINADE
- 2 msk ólífuolía
- 1½ bolli þurrt hvítt vermút
- ¼ bolli brandy eða gin
- 2 tsk salt
- ¼ tsk pipar
- ½ tsk timjan eða salvía
- 1 lárviðarlauf
- 2 negull afhýddur og saxaður hvítlaukur
- 2 bollar þunnt sneiðar gulrætur
- 2 bollar þunnt sneiddur laukur
- Marinerið nautakjötið eins og mælt er fyrir um í uppskriftinni á undan.

SAMSETNING
- 6-litra eldheldur pottur
- Salt, pipar, hveiti
- 1½ bollar stífir, þroskaðir tómatar, skrældir, fræhreinsaðir, safiaðir og saxaðir
- 1½ bollar ferskir sveppir í sneiðum
- Valfrjálst: um 8 sneiðar, ¼ tommu þykkar, ferskt hliðar svínakjöt; eða feitar og magrar sneiðar úr ferskum svínarass
- Nautakjötsbollur ef þarf

LEIÐBEININGAR:
a) Skafið marineringuna af og kryddið kjötið létt með salti og pipar, rúllið síðan upp úr hveiti og setjið til hliðar á vaxpappír. Tæmdu marineringavökva í skál; henda tómötum og sveppum með marinade grænmeti.

b) Setjið nokkrar lengjur af valfrjálsu svínakjöti í botninn á pottinum og hyljið með þriðjungi af blönduðu grænmetinu. Skiptið síðan á um með lögum af kjöti og grænmeti og þekið efsta lagið af grænmeti með sneiðum af valkvætt svínakjöti. Hellið marineringavökvanum út í.

LAÐAÐA OG FRÆÐA

c) Lokið pottinum, setjið á meðalhita og látið malla í um það bil 15 mínútur. Ef grænmetið hefur ekki skilað nægilega miklum vökva næstum því að það hylji kjötið, bætið þá smá af suðu. Lokið og látið malla í $1\frac{1}{2}$ til 2 klukkustundir, eða þar til kjötið er meyrt þegar það er stungið í það með gaffli.

d) Setjið pottrétt, fjarlægið fitu og smakkið til með kryddi. Ef vökvi hefur ekki minnkað og þykknað, hellið þá út í pott og þykkið með matskeið af maíssterkju blandað saman við sull.

e) Sjóðið í 2 mínútur, hellið síðan í pott. (Ef það er ekki borið fram strax, kælið án loks, lokið síðan og geymið í kæli. Látið malla undir lok í 5 mínútur áður en það er borið fram.)

LOKALEGA PROVENÇAL FILLIP

f) Til að fá aukið bragð, saxið eða maukið 2 hvítlauksrif og setjið í skál með 3 til 4 matskeiðar af tæmdum kapers. Berið eða stappið saman í mauk, blandið síðan 3 matskeiðar af sterku Dijon sinnepi út í.

g) Þeytið 3 matskeiðar ólífuolíu smám saman út í til að búa til þykka sósu; hrærið $\frac{1}{4}$ bolli hakkaðri ferskri basil eða steinselju saman við. Hrærið í tilbúna deigið rétt áður en það er borið fram.

64. Potage Parmentier / blaðlaukur eða lauk- og kartöflusúpa

Hráefni:

FORMAÐAÐA

- 3 til 4 lítra pottur eða hraðsuðukatli
- 3 til 4 bollar skrældar kartöflur skornar í sneiðar
- 3 bollar þunnt sneiddur blaðlaukur eða gulur laukur
- 2 lítrar af vatni
- 1 msk salt

LOKAFRÆGING

- ⅓ bolli þungur rjómi eða 2 til 3 msk mjúkt smjör
- 2 til 3 msk hakkað steinselja eða graslauk

LEIÐBEININGAR:

a) Annað hvort er grænmetið, vatnið og saltið látið malla saman, að hluta til, í 40 til 50 mínútur þar til grænmetið er meyrt; eða eldið undir 15 punda þrýstingi í 5 mínútur, losaðu þrýstinginn og látið malla án loks í 15 mínútur til að þróa bragðið.

b) Maukið grænmetið í súpunni með gaffli, eða látið súpuna í gegnum matarmylla. Rétt krydd.

c) Setjið til hliðar án loks þar til rétt áður en það er borið fram, hitið svo aftur að suðu.

d) Takið af hitanum rétt áður en borið er fram og hrærið rjómanum eða smjörinu saman við með skeiðar.

e) Hellið í ternur eða súpubolla og skreytið með kryddjurtum.

65. Velouté De Volaille a La Sénégalaise

Hráefni:
- 4 msk smjör
- Þungbotna 3 til 4 lítra pottur
- 1 TB karrýduft
- 4 til 8 msk hveiti (fer eftir magni af kartöflum)
- 5 til 6 bollar alifuglakraftur

VALFRJÁLÆÐ SÖÐIN HÁLÆÐI
- Kartöflumús, rjómalaukur, spergilkál, gúrkur, gulrætur, baunir, aspasráð
- ½ bolli (meira eða minna) þungur rjómi
- Um það bil 1 bolli hægeldað eða þunnt skorið kalkúnakjöt
- 4 msk fersk hakkað steinselja eða graslauk, eða 2 msk hakkað kervel eða estragon

LEIÐBEININGAR:
Bræðið smjörið í pottinum. Hrærið karrýduftinu saman við og eldið rólega í 1 mínútu. (Ef þú átt engan soðinn lauk skaltu bæta við ½ bolli af hráum hakkaðri lauk og steikja í um það bil 10 mínútur án þess að brúnast.) Hrærið hveitinu út í og eldið rólega í 2 mínútur. Takið af hitanum, látið kólna í smástund, þeytið síðan heita alifuglakraftinum kröftuglega út í með vírþeyti. Látið malla, hrærið með þeytara, í 1 mínútu. Ef þú ert að nota soðinn lauk skaltu saxa þá og bæta við súpuna; ef þú ert að nota kartöflumús skaltu slá þær í matskeið í einu þar til súpan er eins þykk og þú vilt að hún sé. Hrærið rjóma út í með skeiðum, látið malla hægt og kryddið síðan vandlega eftir smekk. Hrærið kalkúnakjötinu, valfrjálsu grænmeti og kryddjurtum saman við og látið malla aftur rétt áður en það er borið fram. (Ef það er ekki borið fram strax, eða ef það á að bera það fram kalt, settu toppinn á súpuna með soði eða rjóma til að koma í veg fyrir að húð myndist. Kældu ef það á að bera fram kalt; þú gætir

viljað hræra meira rjóma út í og toppa hverja skál með meira ferskt jurtir.)

SALÖT OG MEÐBÆR

66. Salat Mimosa / Salat með Vinaigrette, sigtuðu eggi og jurtum

Hráefni:
- Skrælt harðsoðið egg í sigti
- 2 til 3 msk ferskar grænar kryddjurtir eða steinselja
- Salt og pipar
- Stór yfirmaður Boston
- salat eða blöndu af grænmeti, aðskilið, þvegið og þurrkað
- Salatskál
- ⅓ til ½ bolli vinaigrette

LEIÐBEININGAR:
Þrýstu egginu í gegnum sigtið með fingrunum; blandið saman við kryddjurtirnar og saltið og piprið eftir smekk. Rétt áður en það er borið fram skaltu henda salatgrænu í salatskálina með dressingunni og strá egg-og-jurtablöndunni yfir.

67. Pommes De Terre a l'Huile / Franskt kartöflusalat

Hráefni:

8 til 10 miðlungs "sjóðandi" kartöflur (um 2 pund.)
3 lítra blöndunarskál
2 msk þurrt hvítvín eða þurrt hvítt vermút
2 msk kjúklingabaunir
½ bolli vinaigrette
2 msk saxaður skalottlaukur eða laukur
3 msk hakkað steinselja

LEIÐBEININGAR:

Sjóðið eða gufið kartöflurnar í jakkanum þar til þær eru aðeins meyrar. Flysjið og skerið í sneiðar á meðan það er enn heitt. Hrærið varlega í blöndunarskálina með víninu og deiginu og eftir nokkrar mínútur, hrærið aftur. Þegar vökvi hefur verið dreginn í sig af kartöflunum, blandaðu vínaigrette, skalottlaukum eða kálfatlauk og steinselju saman við.

Þetta salat er ljúffengt borið fram heitt með heitum pylsum, eða þú getur kælt það og borið fram annað hvort eins og það er eða með ½ bolli majónesi samanbrotið.

68. Salat Niçoise

Hráefni:

3 bollar áður soðnar grænar baunir í skál
3 fjórðu tómatar í skál
¾ til 1 bolli vinaigrette
1 höfuð Boston salat, aðskilið, þvegið og þurrkað
Stór salatskál eða grunnt fat
3 bollar kalt franskt kartöflusalat (fyrri uppskrift)
½ bolli steinhreinsaðar svartar ólífur, helst þurr Miðjarðarhafsgerð
3 harðsoðin egg, köld, afhýdd og skorin í fjórða
12 niðursoðin ansjósuflök, tæmd, ýmist flat eða veltuð með kapers
Um það bil 1 bolli (8 aura) niðursoðinn túnfiskur, tæmd

LEIÐBEININGAR:

Kastaðu salatblöðunum í salatskálina með ¼ bolla af vinaigrette og settu blöðin um skálina.

Raðið kartöflum í botninn á skál, skreytið með baununum og tómötunum, blandið þeim saman með túnfiski, ólífum, eggjum og ansjósum.

Hellið afganginum af dressingunni yfir salatið, stráið kryddjurtum yfir og berið fram.

69. Gratín Dauphinois / Hörpukartöflur á Gratín

Hráefni:

2 pund. "sjóðandi" kartöflur, skrældar
1 bolli mjólk
6 bolla eldfast mót, 2 tommur djúpt
1 lítill geiri maukaður hvítlaukur
1 tsk salt
$\frac{1}{8}$ tsk pipar
3 til 4 msk smjör

LEIÐBEININGAR:

Hitið ofninn í 425 gráður.

Skerið kartöflur $\frac{1}{8}$ tommu þykkar í sneiðar og slepptu í skál með köldu vatni. Hitið mjólk að suðu í eldfast mót með hvítlauk, salti og pipar. Tæmið kartöflurnar, bætið við sjóðandi mjólk og dreifið smjöri yfir þær. Bakið í miðju ofninum í um það bil 25 mínútur, þar til mjólkin hefur frásogast, kartöflurnar eru mjúkar og toppurinn hefur brúnast. (Ef það er ekki borið fram strax skaltu halda heitu, afhjúpað, bæta við aðeins meiri mjólk ef kartöflur virðast þurrar.)

Berið fram með steikum, steikum eða kótilettum.

70. Gratin De Pommes De Terre Et Saucisson

Hráefni:

3 bollar sneiðar, áður soðnar kartöflur (um 1 pund)
1 bolli hakkaður laukur, áður soðinn í smjöri
$\frac{1}{2}$ pund. niðurskorin pólsk pylsa
Létt smurt bökunarform eða bökuplata, 8 tommur í þvermál og 2 tommur djúpt
3 egg
1$\frac{1}{2}$ bolli léttur rjómi
$\frac{1}{4}$ tsk salt
$\frac{1}{8}$ tsk pipar
$\frac{1}{4}$ bolli rifinn svissneskur ostur
1 msk smjör

LEIÐBEININGAR:

Hitið ofninn í 375 gráður.
Raðið lögum af kartöflum, lauk og pylsum í eldfast mót. Blandið eggjum, rjóma, salti og pipar saman í skál, hellið í eldfast mót, stráið osti yfir og stífið smjörið yfir. Bakið í efri þriðjungi forhitaðs ofnsins í 30 til 40 mínútur, þar til toppurinn hefur fallega brúnt.
Berið fram sem aðalrétt í hádegis- eða kvöldverði.

71. Purée De Pommes De Terre a l'Ail

Hráefni:
HVÍTLAUKSSÓSAN
2 hvítlaukshausar, um 30 negull
4 msk smjör
3 til 4 bolla þakinn pottur
2 msk hveiti
1 bolli heit mjólk
¼ tsk salt og smá pipar
BRENNING MEÐ KARTÖFLUNUM
2½ pund. baka kartöflur
4 msk smjör
Salt og pipar
3 til 4 msk þungur rjómi
¼ bolli söxuð fersk steinselja

LEIÐBEININGAR:
Aðskilið hvítlauksrif og slepptu í sjóðandi vatn; sjóða í 2 mínútur, skola af og afhýða. Steikið síðan hvítlaukinn rólega í smjörinu í um 20 mínútur í lokuðum potti, þar til hann er mjög mjúkur en alls ekki brúnaður. Blandið hveitinu saman við, eldið rólega í 2 mínútur. Takið af hitanum, blandið heitri mjólk og kryddi út í og sjóðið, hrærið, í 1 mínútu. Ef ekki á að nota það strax skaltu setja til hliðar og hita aftur síðar.
Afhýðið og fjórið kartöflurnar. Sjóðið annað hvort í söltu vatni eða gufið þar til það er aðeins mjúkt; settu í gegnum hrísgrjónavél í þungan pott. Hrærið stuttlega við miðlungs háan hita þar til kartöflur filma botninn á pönnunni, hrærið síðan smjörinu saman við og saltið og piprið eftir smekk. Haldið óhultu yfir sjóðandi vatni þar til þær eru tilbúnar til framreiðslu - en því fyrr sem þær eru bornar fram því betra. Rétt áður en gengið er inn í borðstofuna skal nudda

hvítlauknum í gegnum sigti ofan í kartöflurnar; þeytið rjóma og steinselju út í og snúið í heitt, smurt framreiðslurétt.

72. Concombres Persillés, Ou a La Crème / Rjómalögud gúrkur

Hráefni:
AÐ LAGA Gúrkurnar
6 gúrkur um 8 tommur að lengd
2 msk vínedik
1½ tsk salt
⅛ tsk sykur
ELDA
2 til 3 msk smjör
Stór emaljeð pönnu eða pottur með þykkbotna botni
Salt og pipar
2 msk saxaður skalottlaukur eða laukur
Valfrjálst: 1 bolli þungur rjómi soðinn niður um helming í litlum potti
3 msk fersk hakkað steinselja

LEIÐBEININGAR:
Afhýðið gúrkurnar, skerið þær í tvennt eftir endilöngu og ausið fræin úr þeim með teskeið. Skerið í um það bil ⅜ tommu breiðar lengjur langsum, skerið síðan ræmurnar í 2 tommu bita. Hellið í skál með ediki, salti og sykri og látið standa í að minnsta kosti 20 mínútur. Tæmið og þurrkið í pappírsþurrku rétt fyrir notkun.
Hitið smjörið þar til það er freyðandi í pönnu eða potti. Bætið gúrkunum og skalottlauknum eða lauknum saman við; eldið hægt, hrærið oft, í um það bil 5 mínútur, þar til gúrkurnar eru mjúkar stökkar en ekki brúnaðar. Rétt áður en borið er fram skaltu blanda með valfrjálsa rjómanum og steinseljunni. Breyttu í heitan rétt.

73. Navets a La Champenoise /Ræpa og laukur

Hráefni:
- 2½ pund. gular rófur eða rutabagas (um það bil 8 bollar í teningum)
- ⅔ bolli fínt skorinn feitur og magur ferskur svínakjöt eða hliðar svínakjöt; eða 3 msk smjör eða matarolía
- ⅔ bolli fínt skorinn laukur
- 1 msk hveiti
- ¾ bolli nautakjötsbolli
- ¼ tsk salvía
- Salt og pipar
- 2 til 3 msk fersk hakkað steinselja

LEIÐBEININGAR:

Afhýðið rófana, skerið í fernt og síðan í ½ tommu sneiðar; skera sneiðar í ½ tommu ræmur og ræmurnar í ½ tommu teninga. Setjið í sjóðandi saltvatn og látið sjóða án loks í 3 til 5 mínútur, eða þar til það er aðeins mjúkt. Tæmdu.

Ef þú ert að nota svínakjötið skaltu steikja rólega í 3-litra potti þar til það er mjög léttbrúnt; annars skaltu bæta smjörinu eða olíunni á pönnuna. Hrærið lauknum saman við, hyljið og eldið rólega í 5 mínútur án þess að brúnast. Blandið hveitinu saman við og eldið rólega í 2 mínútur. Takið af hitanum, hrærið deigið út í, hitið aftur og látið suðuna koma upp. Bætið salvíunni út í og blandið síðan rófum saman við. Kryddið eftir smekk með salti og pipar.

Lokið á pönnunni og látið malla rólega í 20 til 30 mínútur, eða þar til rófur eru mjúkar. Ef sósan er of fljótandi skaltu fjarlægja hana og sjóða rólega í nokkrar mínútur þar til vökvinn hefur minnkað og þyknað. Rétt krydd. (Mögulega eldað á undan. Kælið án loks; lokið á og látið malla nokkrum augnablikum áður en það er borið fram.)

Til að bera fram, blandaðu steinseljunni saman við og breyttu í heitt borðskál.

74. Aspas

Hráefni:
1 kassi frosinn niðurskorinn aspas
2 msk salt
2 msk smjör á pönnu
Salt og pipar

LEIÐBEININGAR:
Leyfið aspasnum að þiðna þar til bitarnir skiljast frá hvor öðrum. Slepptu síðan í 4 lítra af hratt sjóðandi vatni. Bætið 2 matskeiðum af salti út í, látið suðuna koma upp aftur og sjóðið án loks í 3 eða 4 mínútur þar til aspasinn er varla mjúkur. Tæmdu. Ef ekki á að bera fram strax skaltu renna köldu vatni yfir aspas til að stöðva eldunina og stilla ferskan lit og áferð. Nokkrum mínútum áður en borið er fram skaltu henda varlega 2 matskeiðum af heitu smjöri út í til að klára eldunina. Kryddið eftir smekk með salti og pipar.

75. Artichauts Au Naturel / Heilsoðnar ætiþistlar

Hráefni:
- Þistilhjörtur

LEIÐBEININGAR:
UNDIRBÚNINGUR UM MAÐAÐA

a) Einn ætiþistli í einu, fjarlægðu stöngulinn með því að beygja hann við botn ætiþistlans þar til stöngullinn losnar af, brjótið svo af smá blöð í botninum. Skerið botninn með hníf svo ætiþistlin standi þétt upprétt.

b) Leggðu að lokum ætiþistlina á hliðina og sneið þrjá fjórðu úr tommu af toppnum; klippa burt punkta af laufum sem eftir eru með skærum.

c) Þvoið undir köldu rennandi vatni og slepptu í skál með köldu vatni sem inniheldur 1 matskeið ediki á hvern lítra. Edikið kemur í veg fyrir að ætiþistlar mislitist áður en þú eldar þá.

ELDA

d) Skelltu tilbúnu ætiþistlinum í stóran ketil af hratt sjóðandi saltvatni og leggðu tvöfalt lag af þvegin ostaklút yfir þær til að halda óvarnum hlutum rökum meðan á eldun stendur. Eldið, án loks, við hæga suðu í 35 til 45 mínútur, allt eftir stærð.

e) Þistilkokkarnir eru tilbúnir þegar neðri blöðin dragast út - borðaðu einn sem próf: neðri hálf tommurinn eða svo ætti að vera mjúkur - og þegar hníf kemst auðveldlega í botninn. Fjarlægðu strax og tæmdu á hvolfi í sigti.

BORÐA fram og borða

f) Standið ætiþistla upprétta og berið fram í salatstærðum diskum sem eru um það bil 8 tommur í þvermál, eða sérstakar ætiþistlaplötur. Til að borða ætiþistla skaltu draga laufblaðið af og halda oddinum í fingrunum. Dýfðu botninum á laufblaðinu í bræddu smjöri eða einni af sósunum sem mælt er með og skafaðu síðan mjúkt hold þess af milli tannanna.

g) Þegar þú hefur farið í gegnum laufblöðin kemur þú í botninn sem þú borðar með hníf og gaffli eftir að þú hefur skafið af og fargað kæfu eða loðna miðjuvexti sem hylur hann.

SÓSUR

h) Bráðið smjör, sítrónusmjör eða hollandaise fyrir heita eða heita ætiþistla; vinaigrette (frönsk dressing), sinnepssósa eða majónesi fyrir kalda ætiþistla.

76. Ratatouille

Hráefni:
FORSALTA
- ½ pund. Eggaldin
- ½ pund. kúrbít
- 3 lítra blöndunarskál
- 1 tsk salt

SAUTÉING
- 4 eða meira af ólífuolíu
- 10 til 12 tommu emaljeð eða klístraður steikarpanna
- ½ pund. (1½ bolli) sneiddur laukur
- 1 bolli niðurskorin græn paprika (um 2 paprikur)
- 2 geirar maukaðir hvítlaukur
- Salt og pipar
- 1 lb. tómatar, skrældir, fræhreinsaðir og safi (1½ bolli kvoða), eða 1 bolli niðursoðnir perulaga tómatar
- 3 msk hakkað steinselja

SAMSETNING OG BASTUR
- 2½ lítra eldheldur pottur 2 tommur djúpur

LEIÐBEININGAR:

a) Afhýðið eggaldin og skerið í langsum sneiðar ⅜ tommu þykkar. Skrúbbið kúrbít undir köldu vatni, skerið af og fargið tveimur endum og skerið kúrbít í ⅜ tommu þykka bita langsum. Blandið grænmetinu saman í skál með salti og látið standa í 30 mínútur. holræsi; þurrkaðu í handklæði.

b) Hitið ólífuolíu á pönnu, steikið síðan eggaldin og kúrbítsneiðar þar til þær eru ljósbrúnar á báðum hliðum. Takið yfir í meðlæti. Bætið við meiri olíu ef þarf og steikið lauk og papriku rólega þar til mjúkt. Hrærið hvítlauk út í og kryddið með salti og pipar. Skerið tómatkvoða í strimla og setjið yfir lauk og papriku.

c) Setjið lok á pönnu og eldið í 5 mínútur, afhjúpið síðan, hækkið hitann og sjóðið í nokkrar mínútur þar til tómatsafi hefur nánast gufað upp. Kryddið með salti og pipar; blandið steinselju saman við.
d) Setjið þriðjung af tómatblöndunni í botninn á pottinum. Raðið helmingnum af eggaldininu og kúrbítnum ofan á, síðan helmingnum af tómötunum sem eftir eru. Hyljið afganginn af eggaldininu og kúrbítnum yfir og það síðasta af tómatblöndunni. Lokið pottinum og látið malla við vægan hita í 10 mínútur. Afhjúpaðu, tæmdu pottinn og þeytið með bræddum safa og leiðréttu kryddið ef þarf. Hækkið hitann örlítið og sjóðið rólega þar til safi hefur nánast alveg gufað upp.
e) Berið fram heitt með steikum, steikum, hamborgurum, steiktum fiski.
f) Berið fram kalt með köldu kjöti og fiski, eða sem köldu forrétt.

77. Moussaka

Hráefni:
FORSALTA OG BAKNING Á AUGLÍNUM
- 5 pund. af eggaldin (4 til 5 eggaldin, hver 7 til 8 tommur langur)
- 1 msk salt
- 2 msk ólífuolía
- Grunn steikarpönnu
- 1 msk ólífuolía
- 3 lítra blöndunarskál

SAMSETNING OG BASTUR
- Létt olíuborið sívalur 2-lítra bökunarform $3\frac{1}{2}$ til 4 tommur djúpt og 7 tommur í þvermál
- $2\frac{1}{2}$ bollar malað soðið lambakjöt
- ⅔ bolli hakkaður laukur, áður soðinn í smjöri
- 1 bolli hakkaðir sveppir, áður soðnir í smjöri
- 1 tsk salt
- $\frac{1}{8}$ tsk pipar
- $\frac{1}{2}$ tsk timjan
- $\frac{1}{2}$ tsk malað rósmarín
- 1 lítill geiri maukaður hvítlaukur
- ⅔ bolli nautakjötskraftur eða baulóa soðið í 2 mínútur með $\frac{1}{2}$ msk maíssterkju
- 3 TB tómatmauk
- 3 egg (BNA flokkuð „stór")
- Pönnu með sjóðandi vatni
- Framreiðsluréttur

LEIÐBEININGAR:
a) Hitið ofninn í 400 gráður.
b) Fjarlægðu grænu hetturnar og sneið eggaldin í tvennt eftir endilöngu; skera djúpa rifa í hold hvers helmings.

Stráið salti yfir og látið standa í 30 mínútur. Kreistið út vatn, þurrkið holdhliðina og penslið með ólífuolíu.

c) Hellið ½ tommu af vatni í steikarpönnu, bætið eggaldinum út í, með holdhliðinni upp og bakið í 30 til 40 mínútur í forhituðum ofni, eða þar til það er mjúkt. Skerið holdið út og skilið eggaldinshýðið eftir ósnortið (notið skeið eða greipaldinshníf).

d) Saxið kjötið og steikið í eina eða tvær mínútur í heitri ólífuolíu. Snúðu í blöndunarskál.

e) Klæðið mótið með eggaldinshýði, oddhvassir endar mætast í miðju-botni mótsins, fjólubláar hliðar á móti myglu. Þeytið öllu ofangreindu hráefni í saxað eggaldin, breyttu í fóðrað mót og brjótið hangandi eggaldinshýði upp yfir yfirborðið. Hyljið með álpappír og loki. Bakið á pönnu með sjóðandi vatni í 375 gráðu heitum ofni í 1½ klukkustund. Látið kólna í 10 mínútur, takið síðan mótið af á borðskál.

f) Berið fram heitt með tómatsósu, gufusoðnum hrísgrjónum, frönsku brauði og rósavíni.

g) Berið fram kalt með tómatsalati, frönsku brauði og rósavíni.

78. Laitues Braisées / Braised Salat

Hráefni:
- 2 meðalstór höfuð Boston salat;
- 1 höfuð escarole eða sígória

ÞVO
- Stór ketill sem inniheldur 7 til 8 lítra af sjóðandi vatni
- 1½ tsk salt á lítra af vatni
- Salt og pipar

BRJÓSTA
- Fyrir 6 höfuð síkóríur eða escarole; 12 höfuð Boston salat
- 12 tommu eldheldur pottur með loki
- 6 þykkar sneiðar af beikoni, áður látið malla í 10 mínútur í 2 lítrum af vatni, síðan skolað af
- 2 msk smjör
- ½ bolli sneiddur laukur
- ½ bolli sneiðar gulrætur
- Valfrjálst: ½ bolli þurrt hvítt vermút
- Um það bil 2 bollar nautabollur

SÓSA OG FRÆÐINGUR
- Heitur framreiðsluréttur
- 1 tsk maíssterkja blandað saman við 1 msk vermút eða köldu káli
- 1 msk smjör

LEIÐBEININGAR:
a) Snyrtu stilkar af salati og fjarlægðu visnuð blöð. Haltu salati við enda stilksins, dældu varlega upp og niður í köldu vatni til að fjarlægja öll óhreinindi.
b) Skelltu 2 eða 3 hausum af þvegin salati í sjóðandi vatnið og sjóðaðu hægt, afhjúpað, í 3 til 5 mínútur þar til salatið er lint. Fjarlægðu slakt salat, dýfðu því í kalt vatn og haltu áfram með restina. Einn í einu, kreistu höfuðið

varlega en ákveðið með báðum höndum til að eyða eins miklu vatni og mögulegt er. Skerið stóra höfuð í tvennt eftir endilöngu; skilja litla hausa eftir í heilu lagi.

c) Stráið salti og pipar yfir; brjóta höfuð í tvennt þversum til að búa til þríhyrningslaga form.
d) Miðlungs jurtavöndur: 4 steinseljukvistar, $\frac{1}{4}$ tsk timjan og lárviðarlauf bundið í þvegið ostaklút
e) Hitið ofninn í 325 gráður.
f) Steikið beikonið í smjöri í pottinum í eina eða tvær mínútur til að brúnast mjög létt. Fjarlægðu beikonið, hrærðu lauknum og gulrótunum saman við og eldaðu rólega í 8 til 10 mínútur þar til það er meyrt en ekki brúnt. Fjarlægðu helminginn af grænmetinu, raðaðu salatinu yfir restina og hyldu síðan með soðnu grænmetinu og beikoninu.
g) Hellið valfrjálsu vermúti út í og nóg af suðubollu sem varla hylji salatið. Látið suðuna koma upp, setjið vaxpappír yfir salatið, hyljið pottinn og bakið í miðstigi í forhituðum ofni. Salat ætti að malla mjög hægt í um 2 klukkustundir. (Hægt að vera eldað á undan að þessum tímapunkti; hitið aftur fyrir næsta skref.)
h) Fjarlægðu salat í framreiðslurétt. Sjóðið fljótt niður eldunarvökva, ef þarf, í um það bil $\frac{1}{2}$ bolla. Takið af hitanum. Þeytið maíssterkjublönduna í eldunarvökva og látið malla, hrærið, í 2 mínútur. Takið af hitanum, hrærið smjöri út í, hellið salatinu yfir og berið fram.

79. Choucroute Braisée a l'Alsacienne / Braised Sauerkraut

Hráefni:
FORMAÐAÐA
- ½ pund. þykkt sneið beikon
- 2½ til 3 lítra eldheldur pottur með loki
- 3 tb brædd gæs- eða svínafita, eða matarolía
- ½ bolli sneiðar gulrætur
- 1 bolli sneiddur laukur

BRJÓSTA
- 4 steinseljukvistar, 1 lárviðarlauf, 6 piparkorn og, ef til er, 10 einiber, allt bundið í þvegið ostaklút
- Valfrjálst: 1 bolli þurrt hvítvín eða ¾ bolli þurrt hvítt vermút
- 3 til 4 bollar kjúklingabaunir
- Salt

LEIÐBEININGAR:
a) Skerið beikon í 2 tommu bita, látið malla í 10 mínútur í 2 lítra vatni, tæmdu og þurrkaðu. Steikið beikonið rólega í fitu eða olíu með grænmetinu í 10 mínútur án þess að brúnast í pottinum. Hrærið súrkálinu saman við, blandið fitunni og grænmetinu saman við, hyljið pottinn og eldið rólega í 10 mínútur.
b) Hitið ofninn í 325 gráður fyrir næsta skref.)
c) Grafið krydd- og kryddpakkann í súrkálið. Hellið valfrjálsu víninu út í og nægilega mikið af kjúklingabollu til að hylja súrkálið.
d) Látið suðuna koma upp, kryddið létt með salti, leggið vaxpappír yfir súrkálið, hyljið pottinn og setjið í miðhæð í forhituðum ofni.
e) Súrkál ætti að malla mjög hægt í um það bil 4 klukkustundir og ætti að draga í sig allan eldunarvökvann þegar það er búið.

80. Champignons Sautés Au Beurre / Steiktir sveppir

Hráefni:
- 10 tommu non-stick pönnu
- 2 msk smjör
- 1 msk létt ólífuolía eða matarolía
- ½ pund. ferskir sveppir, þvegnir og þurrkaðir (litlir heilir sveppir eða sveppir í sneiðum eða fjórum)
- 1 til 2 msk saxaður skalottlaukur eða rauðlaukur
- Valfrjálst: 1 pressaður hvítlaukur, 2 til 3 msk hakkað steinselja
- Salt og pipar

LEIÐBEININGAR:

Setjið pönnu yfir háan hita og bætið smjöri og olíu saman við. Um leið og þú sérð að smjörfroðan byrjar að minnka skaltu bæta við sveppunum. Hristið og hristið pönnuna oft svo sveppir eldist jafnt. Í fyrstu munu sveppir gleypa fituna á pönnunni; eftir nokkrar mínútur birtist fitan aftur á yfirborðinu og sveppir byrja að brúnast. Þegar það er léttbrúnað, bætið skalottlauknum eða rauðlauknum og valfrjálst hvítlauk út í. Hrærið í augnablik í viðbót og takið af hitanum. Hitið aftur og kryddið eftir smekk með salti, pipar og valfrjálsu steinselju rétt áður en borið er fram.

81. Mock Hollandaise sósa (Bâtarde)

Hráefni:
- 3 msk mjúkt eða brætt smjör
- 3 msk hveiti
- 1¼ bollar heitt grænmetisvatn eða mjólk
- 1 eggjarauða blandað í skál með ¼ bolli þungum rjóma
- Salt og pipar
- 1 til 2 msk sítrónusafi
- 2 eða fleiri msk mjúkt smjör

LEIÐBEININGAR:
a) Blandið smjöri og hveiti saman í litlum potti með gúmmíspaða.
b) Notaðu vírþeytara, þeytið heitan vökvann út í, hitið að suðu og þeytið hægt.
c) Þeytið þessari heitu sósu út í eggjarauðuna og rjómann, hellið aftur í pottinn og látið suðuna koma upp, hrærið.
d) Takið af hitanum og kryddið eftir smekk með salti, pipar og sítrónusafa. Ef ekki á að bera fram strax, hreinsið hliðar pönnu af með gúmmíspaða og doppið toppinn af sósunni með mjúku smjöri til að koma í veg fyrir að húð myndist.
e) Hitið aftur rétt áður en það er borið fram, takið af hitanum og blandið mjúku smjöri út í með matskeiðum.

82. Crème Anglaise (frönsk vanilsósa)

Hráefni:
- 3 eggjarauður
- 1½ lítra pottur úr ryðfríu stáli eða emaljeður
- ⅓ bolli kornsykur
- 1¼ bollar heit mjólk
- 2 tsk vanilluþykkni
- Valfrjálst: 1 msk romm
- 1 msk mjúkt smjör

LEIÐBEININGAR:

a) Þeytið eggjarauður í pottinum þar til þær eru þykkar og klístraðar (1 mínúta), þeytið sykurinn smám saman út í, þeytið síðan heitu mjólkinni út í smám saman.

b) Hrærið við miðlungs lágan hita með tréskeið þar til sósan þykknar nógu mikið til að hjúpa skeiðina — láttu sósuna ekki koma nálægt suðunni eða eggjarauðurnar hrynja.

c) Takið af hitanum og hrærið vanillu út í, síðan valfrjálsu romminu og smjörinu. Berið fram heitt eða kalt.

83. Rjómalagðir sveppir

Hráefni:
- ¾ pund. fínt saxaðir ferskir sveppir
- 2 msk smjör og 1 msk matarolía
- 2 msk saxaður skalottlaukur eða laukur
- 2 msk hveiti
- Um það bil ½ bolli meðalstór rjómi
- Salt og pipar

LEIÐBEININGAR:
Steikið sveppina í heitu smjöri og olíu í nokkrar mínútur þar til bitarnir byrja að skiljast frá hvor öðrum. Hrærið skalottlauknum eða rauðlauknum saman við og eldið augnablik í viðbót. Lækkið hitann, hrærið hveitinu út í og eldið, hrærið, í 2 mínútur. Takið af hitanum og hrærið helmingnum af rjómanum saman við. Látið malla, hrærið í, í smá stund og bætið við meiri rjóma með skeiðar. Sveppir eiga bara að halda lögun sinni þegar þeir eru lyftir í skeið. Kryddið varlega með salti og pipar. Hitið aftur rétt áður en það er borið fram.

84. Sósa Mousseline Sabayon

Hráefni:
- ¼ bolli minnkaður fiskeldunarvökvi
- 3 TB þungur rjómi
- 4 eggjarauður
- 6 bolla emaljeður pottur og vírþeytir
- 1½ til 2 prik (6 til 8 aura) mildað smjör
- Salt, hvítur pipar og dropar af sítrónusafa

LEIÐBEININGAR:

a) Blandið fisksoðinu, rjómanum og eggjarauðunum saman í pottinum með vírþeytara.
b) Hrærið síðan við vægan hita þar til blandan þykknar hægt og rólega í létt krem sem klæðir víra pískunnar – passið að ofhitna ekki eða eggjarauðurnar hrærast, en þið verðið að hita þær nógu mikið til að þær þykkni.
c) Takið af hitanum og byrjið strax að berja smjörið út í, matskeið í einu. Sósan þykknar smám saman í þungan rjóma.
d) Kryddið eftir smekk með salti, pipar og dropum af sítrónusafa. Haltu yfir heitu - ekki heitu - vatni þar til það er tilbúið til notkunar.

EFTIRLITIR

85. Pate Feuilletée / Franskt laufabrauð

Hráefni:
- 3 til 4 patty skeljar, eða 8 þriggja tommu patty skeljar og
- 8 tveggja tommu forréttaskeljar

THE DÉTREMPE
- 1 bolli venjulegt alhliða hveiti og 3¾ bollar sætabrauðsmjöl (mælið með því að sigta beint í þurrmálsbolla og sópa af umfram)
- Blöndunarskál
- 6 msk kælt ósaltað smjör
- 2 tsk salt leyst upp í ¾ bolli af mjög köldu vatni (meira vatn í dropatali ef þarf)

PAKKINN
- 2 stangir (½ pund) kælt ósaltað smjör

LEIÐBEININGAR:
a) Setjið hveiti í hrærivélarskálina, bætið smjöri út í og nuddið hratt saman með fingurgómunum, eða vinnið með sætabrauðsblöndunartæki, þar til blandan líkist grófu mjöli.
b) Blandið fljótt vatninu út í með örlítið bolluðum fingrum annarrar handar, þrýstið blöndunni þétt saman og bætið meira vatni við í dropatali til að gera þétt en teygjanlegt deig.
c) Hnoðið í stutta stund í köku sem er 6 tommur í þvermál, vinnið deigið eins lítið og hægt er. Vefjið inn í vaxpappír og kælið í 30 til 40 mínútur. Rúllaðu síðan út í 10 tommu hring.
d) Þeytið og hnoðið smjör þar til það er fullkomlega slétt, kekklaust, sveigjanlegt en samt kalt. Mótaðu í 5 tommu ferning og settu í miðjan deighringinn. Komdu brúnum

deigsins upp yfir smjörið til að umlykja það alveg. Lokaðu brúnum með fingrum.

e) Hveiti létt og rúllaðu hratt út í jafnan rétthyrning um það bil 16 x 6 tommur. Eins og þú sért að brjóta saman bréf skaltu færa neðri brún upp að miðju og efri brún niður til að hylja hann og búa til þrjú jöfn lög.

f) Snúðu sætabrauðinu þannig að efri brúnin sé til hægri, rúllaðu deiginu aftur í rétthyrning. Brjóttu saman þrennt, pakkaðu inn í vaxpappír og plastpoka; og kældu í 45 mínútur til 1 klukkustund.

g) Endurtaktu með tveimur rúllum til viðbótar og brjóta saman; slappaðu af aftur, kláraðu svo síðustu tvær rúllurnar og fellingarnar, sem gerir sex í allt. (Þetta eru kallaðir beygjur.)

h) Eftir síðasta kælingu í 45 til 60 mínútur er smjördeigsdeigið tilbúið til mótunar. Deigið er tryggilega pakkað inn og getur verið í kæli í nokkra daga eða fryst.

86. Vol-au-Vent / Stór Patty Shell

Hráefni:
- Smjördeigsdeig (fyrri uppskrift)
- Eggjagljái (1 egg þeytt með 1 tsk vatni)

LEIÐBEININGAR:

a) Rúllið kælda smjördeigsdeiginu í rétthyrning um það bil $\frac{3}{8}$ tommu þykkt, 18 tommur á lengd og 10 tommur á breidd. Skerið 2 sjö til átta tommu hringi í deigið, miðjið þá vel á sætabrauðið svo þeir snerti ekki brúnirnar.

b) Hellið köldu vatni yfir bökunarplötu. Settu einn deighring í miðjuna, málaðu um efra ummál hans með köldu vatni. Skerið 5 til 6 tommu hring frá miðju seinni hringsins og búðu þannig til hring og minni hring. Leggið hringinn á sinn stað á fyrsta hringinn og þéttið deigstykkin tvö saman með fingrunum. Þú hefur nú flatan sívalning með tveimur lögum. Stungið í miðjuna á botnlaginu yfir allt með gaffli, til að miðjan hækki ekki við bakstur.

c) Rúllaðu minni hringnum út og skerðu hann í 7 til 8 tommu hring til að mynda hlíf fyrir sætabrauðshylkið. Bleytið toppinn á strokknum með köldu vatni og þrýstið lokahringnum á sinn stað.

d) Lokaðu þremur lögum af deiginu saman með aftari brún hnífs, haltu því lóðrétt og þrýstu innskotum í brúnir deigsins á $\frac{1}{8}$ tommu fresti allan hringinn. Kældu í 30 mínútur áður en þú bakar. Rétt áður en bakað er skaltu mála toppinn með eggjagljáa og teikna gaffalinn yfir gljáða yfirborðið til að mynda skrautleg krossmark.

e) Bakið í 20 mínútur í miðju stigi í forhituðum 400 gráðu ofni. Þegar um það bil þrefaldast á hæð og byrjað að brúnast vel skaltu lækka hitann í 350 gráður og baka 30 til 40 mínútum lengur, þar til hliðarnar eru brúnar og stökkar.

f) Skerið undir lokið, fjarlægið það og grafið ósoðið sætabrauð úr skelinni með gaffli. Bakið óhjúpað í 5 mínútur í viðbót til að þorna að innan, kælið síðan á grind. Hitið aftur í nokkrar mínútur við 400 gráður áður en það er borið fram með hvaða heitu fyllingu sem þú hefur valið.

87. Crème Chantilly / Léttþeyttur rjómi

Hráefni:
- ½ pint (1 bolli) kældur þungur eða þeyttur rjómi
- Kæld 3 lítra skál
- Stór vírsvipa, kæld
- 2 msk sigtaður konfektsykur
- 1 til 2 msk líkjör eða 1 tsk vanilluþykkni
- 2 þykkir rakt, þvegið ostaklút sett í sigti yfir skál

LEIÐBEININGAR:
Hellið rjómanum í kældu skálina og þeytið hægt með þeytara þar til rjóminn byrjar að freyða. Aukið þeytingarhraðann smám saman í meðallagi og haltu áfram þar til þeytarinn skilur eftir sig ljós ummerki á yfirborði rjómans og dálítið lyft og sleppt mun mjúklega halda lögun sinni. (Í heitu veðri er best að slá yfir sprunginn ís.) Blandið sigtuðum sykrinum og bragðefnum varlega saman við. Ef þú ert að búa til kremið fyrirfram skaltu breyta því í sigti með ostaklút og setja í kæli; rjóminn helst þeyttur og ljúffengur vökvinn sem hefur runnið í botn skálarinnar má nota í eitthvað annað.

88. Crème Renversée Au Caramel / Moulded Caramel Custard

Hráefni:
- 5 egg (BNA flokkuð „stór")
- 4 eggjarauður
- 2½ lítra blöndunarskál og vírþeytir
- ¾ bolli kornsykur
- 3¾ bollar sjóðandi mjólk
- Vanillustöng dregin í 10 mínútur í heitu mjólkinni, eða 1½ tsk vanilluþykkni
- 6 bolla karamelliserað sívalur mót eða ofnform um það bil 3½ tommu djúpt
- Pönnu með sjóðandi vatni

LEIÐBEININGAR:

Hitið ofninn í 350 gráður.

Þeytið egg og eggjarauður í blöndunarskálinni með vírþeyti; þeytið sykur smám saman út í. Þegar blandan er orðin létt og froðukennd er heit mjólk þeytt út í í mjög þunnum straumi. (Þeytið vanilluþykkni út í ef það er notað.) Sigtið í gegnum fínt sigti í karamellusett mót. Setjið í pönnu með sjóðandi vatni og bakið í neðri þriðjungi af forhituðum ofni. Til að tryggja slétta vanilósa skaltu stilla hita þannig að vatn á pönnu mali aldrei alveg. Vaniljan er tilbúin á um það bil 40 mínútum, eða þegar hníf sem stungið er niður í gegnum miðjuna kemur hreinn út.

Til að bera fram heitt, látið standa í 10 mínútur í pönnu með köldu vatni. Snúðu heitu borði á hvolf yfir kreminu, snúðu síðan við tvennt til að losa kremið.

Til að bera fram kalt, látið kólna í stofuhita; kældu í nokkrar klukkustundir, þá unmold.

89. Logandi soufflé / Crème Anglaise

Hráefni:
- Rifinn börkur af 2 appelsínum
- ⅔ bolli kornsykur
- Blöndunarskál
- 6 eggjarauður
- Skál eða pottur úr ryðfríu stáli
- ¼ bolli dökkt romm eða appelsínusafi
- Vírsvipa
- Rafmagns hrærivél

LEIÐBEININGAR:
a) Hitið ofninn í 375 gráður.
b) Maukið appelsínubörkinn og sykurinn saman í skál með tréskeið, til að draga sem mest af appelsínuolíunni út. Setjið eggjarauðurnar í skálina eða pottinn.
c) Þeytið appelsínusykurinn smám saman út í og þeytið áfram þar til eggjarauðurnar eru fölgular og þykknar.
d) Þeytið romm eða appelsínusafa út í, setjið síðan yfir varla sjóðandi vatn og þeytið með vírþeytara (2 högg á sekúndu) þar til blandan verður að heitum, þykkum rjóma. Þetta mun taka 3 eða 4 mínútur og blandan verður nógu þykk til að mynda borði sem leysist hægt upp þegar hluti er látinn falla úr þeytaranum og dettur aftur á yfirborðið.
e) Takið af hitanum og hrærið í rafmagnshrærivél í 4 til 5 mínútur þar til kólnar og þykkar.

90. Charlotte Malakoff Au Chocolat

Hráefni:
KEX À LA CUILLER (Fyrir 24 til 30 ladyfingers)
- 2 stórar bökunarplötur (18 x 24 tommur)
- 1 msk mjúkt smjör
- Hveiti
- Sætabrauðpoki með kringlótt rörop sem er $\frac{3}{8}$ tommu í þvermál, eða stór eldhússkeið
- 1$\frac{1}{2}$ bolli flórsykur í sigti
- 3 lítra blöndunarskál
- $\frac{1}{2}$ bolli kornsykur
- 3 eggjarauður
- 1 tsk vanilluþykkni
- 3 eggjahvítur
- Klípa af salti
- $\frac{1}{8}$ tsk rjómi af vínsteini
- 1 msk kornsykur
- ⅔ bolli venjulegt bleikt kökuhveiti

KLÆRÐU EFTIRMIÐIÐ MEÐ LADYFINGERS
- 2 lítra sívalur mót, 4 tommur á hæð, ef hægt er, og 7 tommur í þvermál
- Vaxaður pappír
- ⅓ bolli appelsínulíkjör
- ⅔ bolli vatn
- 24 ladyfingers, 4 tommur á lengd og um 2 tommur á breidd

MÖNLUkremið
- 4 lítra blöndunarskál
- $\frac{1}{2}$ pund. mjúkt ósaltað smjör
- 1 bolli offínn kornsykur
- $\frac{1}{4}$ bolli appelsínulíkjör
- ⅔ bolli hálfsætir súkkulaðibitar brættir með $\frac{1}{4}$ bolla af sterku kaffi

- ¼ tsk möndluþykkni
- 1⅓ bollar duftformaðar möndlur (bleikaðar möndlur malaðar í blandara eða settar í gegnum kjötkvörn með smá af instant sykri)
- 2 bollar þungur rjómi, kældur
- Kæld skál og þeytari

LEIÐBEININGAR:
Hitið ofninn í 300 gráður.
Undirbúið bökunarplöturnar með því að nudda létt með smjöri, strá með hveiti og slá af umfram hveiti. Settu saman sætabrauðpoka, ef þú ert að nota einn; undirbúið púðursykurinn og mælið restina af innihaldsefnunum sem eru skráð.
Í blöndunarskálinni, þeytið sykurinn smám saman út í eggjarauðurnar, bætið vanillu út í og haldið áfram að þeyta í nokkrar mínútur þar til blandan er orðin þykk, fölgul og myndar borðann. Þeytið eggjahvíturnar í sérstakri skál þar til þær freyða, þeytið salti og vínsteinsrjóma út í og þeytið áfram þar til mjúkir toppar myndast. Stráið matskeið af strásykri yfir og þeytið þar til stífir toppar myndast.
Skellið fjórðungi af eggjahvítunum yfir eggjarauðuna og sykurinn, sigtið fjórðung af hveitinu yfir og blandið varlega saman þar til það hefur blandast að hluta saman. Bætið síðan við þriðjungi af eggjahvítunum sem eftir eru; sigtið á þriðjung af hveitinu sem eftir er, blandið saman þar til það er blandað að hluta aftur. Endurtaktu með helmingnum og síðan með þeim síðasta af hverjum. Ekki reyna að blanda of vel; deigið verður að vera létt og þykkt.
Annaðhvort með sætabrauðspokanum, eða með stórri eldhússkeið, búðu til jafnar línur af deigi 4 tommur að lengd, 1½ tommur á breidd, með 1 tommu millibili á

sætabrauðsblöðunum. Stráið 1/16 tommu lagi af flórsykri yfir. Bakið strax í miðju og efri þriðju stigi ofnsins í um 20 mínútur. Ladyfingers eru tilbúnir þegar þeir eru mjög fölbrúnir undir sykurhúðinni. Þær eiga að vera örlítið skorpnar að utan, mjúkar en þurrar að innan. Fjarlægðu af bökunarplötum með spaða; Kælið á kökugrind.

Klæðið botninn á þurra mótinu með hring af vaxpappír. Hellið líkjörnum og vatni í súpudisk. Dýfðu ladyfingers einum í einu í vökvann í eina sekúndu og tæmdu síðan á kökugrind. Raðið röð af uppréttum dömufingum inni í mótinu, þrýst þétt saman, bognar hliðar þeirra við mótið. Geymið afganginn af dýfðu ladyfingers.

Hrærið smjörið og sykurinn saman í nokkrar mínútur, þar til það er fölt og loftkennt. Þeytið appelsínulíkjörinn, bráðið súkkulaði og möndluþykkni út í; haltu áfram að þeyta í nokkrar mínútur þar til sykur er ekki lengur kornóttur í áferð. Þeytið möndlurnar út í. Þeytið kælda rjómann í kældri skál með kældum þeytara þar til þeytarinn skilur eftir sig ljós ummerki á rjóma - ekki þeyta meira en þetta, því þá gæti rjóminn ekki kólnað mjúklega. Blandið rjómanum saman við súkkulaði-möndlublönduna. Hvolfið þriðjungi af blöndunni í fóðrað mótið, raðið yfir það lag af ladyfingers og haltu áfram með lögum af súkkulaði-möndlukremi og ladyfingers, endar með ladyfingers ef einhverjar eru eftir. Klipptu af dömufingrum sem standa út fyrir ofan brún mótsins og þrýstu bitum ofan á kremið. Hyljið mótið með vaxpappír, setjið undirskál yfir pappírinn og setjið lóð yfir það (td 2 bolla glas af vatni). Kælið í 6 klukkustundir eða yfir nótt; smjör verður að vera kælt fast, svo eftirrétturinn hrynur ekki þegar hann er ómótaður. (Eftirrétturinn geymist í nokkra daga í kæli eða getur verið frystur.)

ÚR MÓTUN OG BJÓÐA

Til að bera fram skaltu fjarlægja vaxpappír ofan af, renna hníf um innanverðan brún mótsins, þrýsta varlega til að losa eftirréttinn. Snúðu kældu borði á hvolf yfir mótið og snúðu þessu tvennu við, þannig að eftirrétturinn falli niður á réttinn. Skreytið toppinn á charlottenu með rifnu súkkulaði. Geymið í kæli ef ekki er borið fram strax.

91. Poires Au Gratin / Perur Bakaðar með Víni

Hráefni:
Bökunarform 2 tommur á hæð og 8 tommur í þvermál
1 msk mjúkt smjör
3 til 4 stífar, þroskaðar perur
⅓ bolli apríkósasulta
¼ bolli þurrt hvítt vermút
2 til 3 gamlar makrónur
2 msk smjör skorið í díla

LEIÐBEININGAR:
Smyrðu bökunarformið með smjörinu. Afhýðið, fjórðu og kjarnhreinsið perurnar; skerið í um það bil ⅜ tommu þykkar sneiðar á lengd og raðið í fatið. Þvingaðu apríkósasultuna í gegnum sigti í skál; blandið saman við vermútið og hellið yfir perurnar. Myljið makrónurnar út um allt og toppið með smjördoppunum. Setjið í miðstig í forhituðum ofni og bakið í 20 til 25 mínútur, þar til toppurinn hefur brúnast létt. Berið fram heitt, heitt eða kalt og bætið við, ef þú vilt, með könnu af þungum rjóma.

92. Timbale Aux Épinards / Mótuð spínatkrem

Hráefni:
- ½ bolli hakkaður laukur
- 2 msk smjör
- Ryðfrítt stál eða glerungur þakinn pottur (spínat mun taka upp málmbragð ef það er soðið í venjulegum málmpönnum)
- 2½ til 3 pund. ferskt spínat snyrt og hvítað í 3 mínútur í sjóðandi vatni; eða 2 pakkar (10 aura hver) frosið laufspínat þíðað í köldu vatni
- Hnífur úr ryðfríu stáli til að saxa spínat
- ¼ tsk salt
- Klípið hvern pipar og múskat

BÆTTA INS
- 1 bolli mjólk
- 5 egg
- 2 msk smjör
- Blöndunarskál
- ⅔ bolli gamaldags hvítt brauðmola
- ½ bolli rifinn svissneskur ostur
- Salt og pipar
- 6 bolla hringamót eða soufflédréttur, eða 4 ramekins með 1½ bolla rúmtak

LEIÐBEININGAR:
a) Steikið laukinn rólega í smjörinu. Kreistið spínatið á meðan, smá handfylli í einu, til að fjarlægja eins mikið vatn og hægt er. Saxið í fínt mauk. Þegar laukurinn er orðinn mjúkur er spínatinu og salti, pipar og múskati blandað saman við.

b) Lokið pönnunni og eldið mjög hægt, hrærið af og til til að koma í veg fyrir að það festist, þar til spínat er mjúkt (um það bil 5 mínútur).

c) Þegar spínatið er tilbúið, hrærið viðbótarsmjörinu og mjólkinni saman við. Þeytið eggin í hrærivélarskál og þeytið síðan heitu spínatblöndunni smám saman út í þau. Hrærið brauðmylsnu og osti saman við og leiðréttið kryddið. Hellið í tilbúið mót.

BASTUR OG FRÆÐINGUR

d) Pönnu sem inniheldur um það bil $1\frac{1}{2}$ tommu af sjóðandi vatni
e) Valfrjálst: Rjómasósa, létt ostasósa eða hollandaise (sjá þessa síðu)
f) Hitið ofninn í 325 gráður.
g) Setjið mótið í pönnu með sjóðandi vatni (vatnið ætti að koma $\frac{1}{2}$ til $\frac{2}{3}$, upp í mótið) og settu í neðsta þriðjung ofnsins. Bakið í 30 til 40 mínútur, allt eftir lögun mótsins, þar til hnífur, stunginn í miðjuna á vanlíðan, kemur hreinn út. Látið hefast í 5 mínútur áður en það er tekið úr forminu, eða haldið heitu í potti með vatni í 150 gráðu heitum ofni.
h) Til að losa um mótið skaltu keyra hníf um brúnina á vaniljunni; Snúðu heitu borðskáli á hvolf yfir mótið, snúðu þessu tvennu við og vanlíðan fellur ofan á réttinn.
i) Fjarlægðu vaxpappír ofan af. Enga sósu er þörf ef timbale á að koma í stað grænmetis; ef það á að vera fyrsti eða aðalréttur er rjómasósu, léttri ostasósu eða hollandaise yfir.

93. Timbale Au Jambon / mótað skinkukrem

Hráefni:
1½ bollar soðnar núðlur
¾ bolli sveppir, áður steiktir í smjöri
⅔ bolli soðin skinka
½ bolli laukur, áður steiktur í smjöri
Salt og pipar
1 bolli þykk rjómasósa
½ bolli rifinn svissneskur ostur
3 eggjarauður
1 TB tómatmauk
¼ bolli hakkað steinselja
3 stífþeyttar eggjahvítur
6 bolla hringamót, souffléréttur eða brauðform, eða 4 ramekins með 1½ bolla rúmmáli

LEIÐBEININGAR:
Hitið ofninn í 325 gráður.
Setjið núðlurnar, sveppina, skinkuna og laukinn í gegnum meðalstórt blað á matarmyllu eða matarhakkara. Peytið blönduna í skál með kryddi, rjómasósu, osti, eggjarauðu, tómatmauki og steinselju. Hrærið þeyttu eggjahvíturnar saman við og snúið í tilbúin mót eða ramekin. Setjið í pönnu með sjóðandi vatni og bakið í um 30 mínútur, fer eftir lögun mótsins (hringmót bakast hraðar en souffléréttur). Timbale er búið þegar blandan hefur hækkað um ½ tommu og brúnast fallega ofan á. Það sökkva örlítið þegar það kólnar, en má halda heitu í góðan hálftíma áður en það er borið fram. Afmóðu á heitu borði.

SÓSA OG GARNITUR
Ef þú hefur notað hringmót geturðu fyllt timbalann með soðnu grænu grænmeti; annars gætirðu umkringt það grænmetinu. Tómatsósa, rjómasósa blandað með

kryddjurtum eða skeið af tómatmauki, eða létt ostasósa myndi passa vel, skeið yfir timbale.

94. Kex eða súkkulaði / Súkkulaði svampkaka

Hráefni:
- 1 msk mjúkt smjör
- Hveiti
- Kringlótt kökuform í einu stykki 8 tommur í þvermál og 1½ tommur djúpt
- ⅔ til 1 bolli (4 til 6 aura) hálfsætir súkkulaðibitar (minna magn gefur léttari köku)
- 1 hrúgað msk skyndikaffi leyst upp í 2 msk sjóðandi vatni

KÖKUDEIGURINN
- 3 egg (BNA flokkuð „stór")
- Stór blöndunarskál
- ½ bolli kornsykur
- ⅔ bolla af kökumjöli (sigtaðu beint í bolla, jafnaðu af með hníf og settu hveiti aftur í sigti)
- 3½ msk mjúkt ósaltað smjör

LEIÐBEININGAR:
a) Hitið ofninn í 350 gráður.
b) Smjörið létt inni í kökuforminu, rúllið hveiti að innan svo að það hylji yfirborðið alveg og sláið út umframhveiti. Bræðið súkkulaðið með kaffinu og látið kólna niður í heitt.
c) Fyrir eggjahvíturnar: klípa af salti, ⅛ tsk vínsteinsrjómi og 1 msk kornsykur
d) Rafmagnshrærivél með stórum og litlum skálum og, ef hægt er, aukablöð (eða 2 skálar og 2 stórar písk); gúmmíspaða
e) Skiljið eggin að, setjið eggjarauðurnar í stóru skálina og hvíturnar í aðra skál (eða litla skál með hrærivél). Mælið kökumjölið og stappið smjörið til að mýkja það.
f) Annaðhvort með hrærivélinni þinni eða með stórum þeytara, þeytið sykurinn smám saman út í eggjarauðurnar og haldið áfram að þeyta í nokkrar mínútur þar til blandan

er orðin þykk og sítrónulit. Ef þú ert að nota hrærivél, þeytið heitt bráðið súkkulaði út í og síðan smjörið; annars, þeytið smjörið smám saman út í súkkulaði þar til það er slétt, þeytið síðan eggjarauður og sykur út í.

g) Þeytið eggjahvíturnar þar til þær freyða með hreinum þurrþeytara eða stórum vírþeytara, þeytið síðan salti og vínsteinsrjóma út í. Haltu áfram að berja þar til mjúkir toppar myndast; stráið sykrinum yfir og þeytið þar til stífir toppar myndast.

h) Hrærið $\frac{1}{4}$ af eggjahvítunum saman við súkkulaði- og eggjarauðublönduna með gúmmíspaða; þegar það er blandað að hluta, sigtið $\frac{1}{4}$ af kökumjölinu yfir. Brjóttu hratt og varlega saman með gúmmíspaða; þegar það hefur verið blandað að hluta skaltu byrja að brjóta saman ⅓ af eggjahvítunum sem eftir eru. Þegar þetta hefur verið blandað að hluta skaltu sigta ⅓ af hveitinu sem eftir er og halda þannig áfram, til skiptis með hveiti og eggjahvítum, brjóta saman hratt þar til allt er komið inn í.

BAKA

i) Snúðu í tilbúið kökuform; hallaðu pönnunni til að láta deigið renna upp allt í kring. Setjið strax í miðstig forhitaðs ofnsins og bakið í um 30 mínútur.

j) Kakan rís aðeins upp fyrir brún formsins og toppurinn mun sprunga. Það er gert þegar nál eða gaffli, stungið niður í gegnum miðju kökunnar, kemur hreint út; mjög dauf rýrnunarlína mun einnig sjást á milli brúnar kökunnar og formsins. Fjarlægðu úr ofninum og láttu kólna í 5 mínútur, taktu síðan úr forminu á kökugrind.

k) Ef kakan er ekki ísköld þegar hún er köld skaltu pakka henni loftþétt og setja í kæli eða frysta.

95. Crème au Beurre à l'Anglaise / Custard Butter Cream

Hráefni:
- 2½ lítra blöndunarskál
- 4 eggjarauður
- ⅔ bolli kornsykur
- ½ bolli heit mjólk
- ½ pund. mjúkt ósaltað smjör
- Bragðefni: 3 msk romm, kirsch, appelsínulíkjör eða sterkt kaffi; eða 1 msk vanilluþykkni; eða ⅓ bolli (2 aura) hálfsætir súkkulaðibitar, brættir

SÚKKULAÐIGLÁR
- 1 bolli (6 aura) hálfsætir súkkulaðibitar
- ¼ bolli kaffi

LEIÐBEININGAR:
a) Setjið eggjarauður í blöndunarskálina; Peytið sykurinn smám saman út í og þeytið áfram þar til blandan er orðin þykk og sítrónulit. Peytið síðan mjólkina smám saman út í.
b) Snúðu í hreinan pott og hrærðu með tréskeið við miðlungs vægan hita þar til blandan þykknar hægt og rólega nægilega til að skeiðin hjúpist með léttum rjóma. (Gættu þess að ofhitna ekki eða eggjarauður hrynja, en blandan verður að þykkna.)
c) Setjið pönnu í kalt vatn og hrærið þar til það er orðið heitt; skolaðu úr blöndunarskálinni og síaðu vaniljunni aftur í hana. Peytið síðan mjúka smjörið smám saman út í með matskeiðar með vírþeytara eða rafmagnshrærivél. Peytið bragðefnið út í.
d) Ef rjóminn lítur út fyrir að vera kornóttur skaltu slá meira smjöri út í með skeiðar. Kældu eða hrærðu yfir muldum ís, ef þörf krefur; Kremið ætti að vera slétt, þykkt og einsleitt. (Afgangur af smjörkremi má frysta.)

AÐ FYLLA OG KRÁ í Kökunni

e) Þegar kakan er orðin vel köld burstið mola af yfirborðinu. Skildu kökuna eftir á hvolfi þar sem þú vilt að hliðarnar halli aðeins inn á við. Skerið pínulítinn lóðréttan fleyg upp á brún kökunnar; þetta mun leiðbeina þér við að endurmynda það. Skerið síðan kökuna í tvennt lárétt. Smyrjið $\frac{1}{4}$ tommu lagi af smjörkremi á neðri helminginn (áður efstan); skiptu seinni hálfleiknum út og stilltu helmingunum tveimur saman við fleyginn. Smyrjið kökukremi ofan á og hliðar kökunnar, sléttið út með spaða dýft í heitt vatn og haltu hliðunum aðeins hallandi inn á við. Kælið þar til frostið er stíft.

SÚKKULAÐIGLÁR

f) Bræðið súkkulaðibita með kaffinu og látið kólna niður í heitt.

g) Setjið kælda köku á grind yfir bakka og hellið öllu súkkulaðinu yfir, látið það falla niður yfir hliðarnar, sem, ef það er fallega slétt og örlítið hallað, ætti að taka súkkulaðihúðina fullkomlega.

h) Þegar gljáinn er orðinn stífur, færðu kökuna yfir á framreiðsludisk. (Köku ætti að geyma í kæli.)

96. Tarte Aux Pommes / frönsk eplakerta

Hráefni:
- 8 tommu hlutabökuð sætabrauðsskel sett á smurða bökunarplötu
- 3 til 4 bollar þykkt, óbragðbætt eplamósa
- $\frac{1}{2}$ til $\frac{2}{3}$ bolli kornsykur
- 3 msk eplabrandí, koníak eða romm, eða 1 msk vanilluþykkni
- Rifinn börkur af 1 sítrónu
- 2 msk smjör
- 2 til 3 epli, afhýdd og skorin í $\frac{1}{8}$ tommu langsum sneiðar
- $\frac{1}{2}$ bolli apríkósasulta, síuð og soðin í 228 gráður með 2 msk sykri

LEIÐBEININGAR:

Hitið ofninn í 375 gráður.

Hrærið $\frac{1}{2}$ til $\frac{2}{3}$ bolla af sykri út í eplamaukið, bætið við líkjörnum eða vanillu og sítrónubörknum. Sjóðið niður, hrærið oft, þar til sósan er nógu þykk til að halda í massa í skeiðinni. Hrærið smjörinu út í og breytið eplamaukinu í sætabrauðsskel, fyllið það næstum að barmi. Raðið hráum eplasneiðum sem skarast náið yfir toppinn í sammiðja hringi. Bakið í 30 mínútur í forhituðum ofni. Afmóðu tertunni á borðplötu; mála topp og hliðar með volgri apríkósu sultu. Berið fram heitt, heitt eða kalt ásamt léttþeyttum rjóma ef þú vilt.

97. Kex Roulé a l'Orange Et Aux Amandes

Hráefni:
AÐRÁÐA
- 3 msk smjör
- Hlauprúllu- eða kökuform, 11 tommur í þvermál, 17 tommur á lengd og 1 tommu djúp
- Hveiti
- ⅔ bolli kornsykur
- 3 egg
- Börkur af 1 appelsínu (rífið hana í blöndunarskálina sem inniheldur eggjarauðuna)
- ⅓ bolli síaður appelsínusafi
- ¾ bolli malaðar möndlur (malaðu þær í rafmagnsblöndunartæki eða settu í gegnum kjötkvörn með hluta af ⅔ bollanum af kornsykri)
- ¼ tsk möndluþykkni
- ¾ bolli sigtað venjulegt bleikt kökuhveiti (settu þurrmálsbolla á vaxpappír, sigtaðu hveiti beint í bolla og sópaðu af yfirfallinu með beinum hníf)
- Lítil ¼ tsk rjómi af vínsteini
- Klípa af salti
- 1 msk kornsykur
- 1½ msk heitt brætt smjör
- Púðursykur í sigti

LEIÐBEININGAR:
Hitið ofninn í 375 gráður og setjið grind í miðhæð. Bræðið smjörið og látið kólna niður í heitt: hluti er fyrir pönnuna, hluti fyrir kökuna. Málaðu kökuformið að innan með bræddu smjöri og klæððu með 12 x 21 tommu stykki af vaxpappír, láttu endana ná út fyrir brúnir pönnu. Smyrjið pappírinn, rúllið hveiti yfir hann, þekur allt innra yfirborðið og sláið út umframhveiti.

BLANDAÐ KÖKUDEIGINN
Notaðu stóran vírþeytara og þeytið sykurinn smám saman út í eggjarauður og appelsínubörkur; þeytið kröftuglega í eina eða tvær mínútur þar til blandan er orðin þykk og fölgul.
Þeytið appelsínusafann út í, síðan möndlurnar, möndluþykkni og hveiti.
Þeytið eggjahvíturnar í smá stund á hóflegum hraða; þegar þær byrja að freyða, bætið þá vínsteinsrjómanum og salti út í. Þeytið á hámarkshraða þar til eggjahvítur mynda mjúka toppa, stráið sykrinum yfir og þeytið í nokkrar sekúndur í viðbót þar til eggjahvítur mynda stífa toppa þegar þær eru lyftar með skeið eða spaða.
Skellið eggjahvítunum yfir eggjarauðublönduna. Brjóttu saman hratt og varlega með gúmmíspaða; þegar það er næstum því blandað, blandaðu fljótt heitu smjörinu saman við $\frac{1}{2}$ msk í einu.
Snúðu deiginu strax í tilbúna pönnu þína, sléttaðu yfir allt yfirborðið. Smellið pönnu stuttlega á borðið til að jafna blönduna og setjið í miðhæð í forhituðum ofni.

BAKA
Bakið í um það bil 10 mínútur. Kakan er tilbúin þegar varla er farið að litast, þegar toppurinn er örlítið fjaðrandi eða svampur ef þrýst er á með fingrum og þegar daufasta skilin sést á milli köku og hliða formsins. Ekki ofelda, annars brotnar kakan þegar hún er rúlluð; það verður að vera mjúkt og svampað.

KÆLING OG AFMÓTUN
Fjarlægðu úr ofninum og stráðu toppi kökunnar með 1/16 tommu lagi af flórsykri. Hyljið með lak af vaxpappír. Skolið handklæði í köldu vatni, vindið úr því og leggið yfir vaxpappírinn. Snúið kökunni á hvolf og látið kólna í 20 mínútur.

Losaðu pappírsfóðrið í öðrum enda pönnunnar til að losa um mót. Haltu pappírnum flatt á borðinu, lyftu smám saman af pönnunni, byrjaðu á lausa pappírsendanum. Fjarlægðu pappír varlega af langhliðum kökunnar og fjarlægðu hann síðan af toppnum. Skerið brúna brúna allt í kringum kökuna; þeir sprunga þegar þeim er rúllað. Kakan er nú tilbúin til fyllingar, sem ætti að gera strax.

98. Farce Aux Fraises Cio-Cio-San

Hráefni:

- 4 bollar sneið fersk jarðarber og um ½ bolli sykur; eða 3 tíu aura pakkar frosin sneið jarðarber, afþídd og tæmd
- 2 TB þurrt hvítt vermút
- 2 msk koníak, appelsínulíkjör eða kirsch
- 2 pakkar (2 tb) óbragðbætt gelatínduft
- ⅔ bolli sneiðar möndlur
- ½ bolli kumquats varðveitt í sírópi, fræhreinsað og skorið í teninga
- Skreytingartillögur: púðursykur, sneiðar möndlur og kumquats, eða púðursykur og heil jarðarber

LEIÐBEININGAR:

Ef þú notar fersk jarðarber skaltu henda þeim í skál með sykrinum og láta standa í 20 mínútur. Setjið vínið og líkjörinn í lítinn pott, bætið ¼ bolla af jarðarberjasafa út í og stráið matarlíminu yfir. Látið mýkjast í nokkrar mínútur, hrærið síðan yfir hita til að leysa matarlímið upp alveg. Blandið saman við jarðarberin ásamt möndlunum og hægelduðum kúmquats. Kældu eða hrærðu yfir ís þar til það þykknar, dreifðu síðan yfir kökuna.

Rúllaðu kökunni upp ýmist frá stutta eða löngu endanum, eftir því hvort þú vilt frekar langa eða feita rúllu; notaðu botnlagið af vaxpappír til að hjálpa þér þegar þú veltir kökunni yfir á sjálfa sig.

Flyttu köku á borð eða fat; hyljið með vaxpappír og geymið í kæli ef ekki er borið fram frekar fljótt. Rétt áður en borið er fram, stráið flórsykri yfir (vaxpappír rennt undir hliðar og enda mun halda borðplötunni snyrtilegu) og skreytið með möndlum og kumquats, eða jarðarberjum. Bættu við, ef þú vilt, með fleiri jarðarberjum og sykruðum þeyttum rjóma.

99. Ítalskur marengs

Hráefni:
- 3 eggjahvítur
- Rafmagnsþeytir
- Klípa af salti
- Lítil ¼ tsk rjómi af vínsteini
- 1⅓ bollar kornsykur
- ⅓ bolli vatn
- Lítill þungur pottur

LEIÐBEININGAR:

a) Til þess á að þeyta eggjahvíturnar og elda sykursírópið um það bil á sama tíma; vinna þau saman ef þú getur. Þú þarft rafmagnsþeytara fyrir eggjahvíturnar; ef þú ert með tveggja skál hrærivél, þeytið hvíturnar í litlu skálinni og færið þær yfir í stóru skálina þegar þú bætir sykursírópinu við.

b) Þeytið eggjahvíturnar á hóflegum hraða í smá stund þar til þær byrja að freyða; bætið salti og vínsteinsrjóma út í og þeytið á miklum hraða þar til eggjahvítur mynda stífa toppa þegar þeim er lyft í skeið eða spaða.

c) Setjið sykur og vatn í pott og setjið á háan hita. Snúðu pönnu - ekki hræra - varlega þar til sykur hefur leyst upp alveg og vökvinn er fullkomlega tær. Lokið pönnunni og látið sjóða hratt, án þess að hræra í, í augnablik eða tvö: þéttandi gufa fellur af hlífinni, skolar niður hliðum pönnu og kemur í veg fyrir myndun kristalla. Afhjúpaðu pönnuna þegar loftbólur byrja að þykkna og sjóða hratt að mjúkkúlustigi, 238 gráður.

d) Þeytið eggjahvítur á hóflega hægum hraða, hellið sykursírópinu út í í þunnum straumi. Haltu áfram að þeyta á miklum hraða í að minnsta kosti 5 mínútur þar til blandan er köld. Það verður satín-slétt og myndar stífa toppa þegar því er lyft með skeið eða spaða.

100. Crème au Beurre à la Meringue / Marengssmjörkrem

Hráefni:
- 2 bollar (12 aura) hálfsættir súkkulaðibitar brætt með 3 msk sterku kaffi eða rommi
- 1 msk vanilluþykkni
- ½ pund. (2 prik) mildað ósaltað smjör

LEIÐBEININGAR:
a) Peytið brædda súkkulaði og vanillu út í kalda marengsblönduna. Peytið smjörið smám saman út í. Kældu smjörkremið þar til það er auðvelt að dreifa því. (Afgangur af smjörkremi má frysta.)

AÐ FYLLA OG FROSTA BÓKINN
b) Dreifið helmingi fyllingarinnar á kökuplötuna og rúllið upp frá einum af stuttendunum. (Vefjið og kælið ef þú ert ekki enn tilbúinn að frosta það.)
c) Þegar þú ert tilbúinn að frosta skaltu klippa af báða endana á hlutdrægni, til að gefa útlitið af saguðum stokk. Fyrir útibú, skera holur um ½ tommu djúpt í yfirborði kökunnar; settu inn 2 tommu lengdir frá klipptum endum. (Ekki gera greinar of langar, annars munu þær ekki standa undir frostinu.) Flyttu kökuna yfir á borð eða ferhyrnt fat. Settu vaxpappírsræmur undir hliðar og enda kökunnar til að halda frosti af borðinu þínu; fjarlægðu eftir frost. Notaðu síðan annaðhvort lítinn spaða eða sætabrauðspoka með borðarröri, þektu toppinn og hliðarnar á kökunni og skildu eftir tvo enda ófrosta. Hrærðu frostinu með gaffli eða spaða til að gefa barklikkandi áhrif. Geymið í kæli til að setja frost.

MARENSSVEPPIR
d) Hitið ofninn í 200 gráður.
e) Smyrjið smá bökunarplötu létt, veltið hveiti yfir yfirborðið og takið umframmagnið af. Þvingaðu fráteknu

marengsblöndunni í gegnum sætabrauðsrör með 3/16 tommu röropi eða slepptu teskeiðarendanum á bökunarplötuna, gerðu ½ tommu hvelfingar fyrir sveppahettur og oddhvassar keilur fyrir stilka. Þú ættir að hafa 10 eða 12 af hverjum. Bakið í 40 til 60 mínútur, þar til þú heyrir marengsinn klikka mjúklega. Þeir eru tilbúnir þegar þeir eru þurrir og þegar þeir losna auðveldlega af ofnplötunni. Til að setja saman skaltu stinga gat í botninn á hverri loki, fylla með smjörkremi og stinga stilknum í.

SPUNN-SYKURMOSA

f) Raðaðu olíuboruðu kústaskaftinu á milli tveggja stóla og dreifðu fullt af dagblöðum á gólfið. Sjóðið ½ bolli af sykri og 3 matskeiðar af vatni, eftir leiðbeiningum um ítalskan marengs, þar til sykur verður ljós karamellulitur. Látið sírópið kólna í nokkrar sekúndur þar til það þykknar aðeins, dýfið síðan gaffli í sírópið og veifið gafflinum yfir kústskaftið; síróp mun mynda þræði yfir handfangið.

LOKASKREYTINGAR

g) Þrýstu sveppum af sveppum inn í stokkinn hvar sem þú heldur að sveppir ættu að vaxa og stráðu yfir kakói sem hrist er í gegnum sigti. Stráið smá púðursykri yfir bjálkann til að gefa snjóaáhrif.

h) Skreyttu með holly eða laufum, ef þú vilt, og dragðu spunninn sykurmosa á stefnumótandi stöðum. (Lokskreytingarnar eru gerðar rétt áður en þær eru bornar fram, þar sem bálkur ætti að vera í kæli til síðustu stundar.)

NIÐURSTAÐA

Að lokum býður franskur bakstur upp á yndislega samruna listfengs og bragðs sem heillar skilningarvitin og gleður góminn. Allt frá hógværu baguette til vandaðs mille-feuille, hvert sætabrauð segir sögu af aldagömlum hefðum og ástríðu fyrir handverki. Með því að ná tökum á tækninni og tileinka þér anda fransks baksturs geturðu komið með snert af glæsileika og eftirlátssemi í eldhúsið þitt og skapað ógleymanlegar stundir fyrir sjálfan þig og ástvini þína. Safnaðu því hráefninu þínu, forhitaðu ofninn þinn og farðu í matreiðsluævintýri sem fagnar tímalausri töfra franska bakkelsi. Verði þér að góðu!

www.ingramcontent.com/pod-product-compliance
Lightning Source LLC
Chambersburg PA
CBHW071304110526
44591CB00010B/770